# प्रियतम भारत

# दिलीपराज प्रकाशन प्रा. लि.™

२५१ क, शनिवार पेठ, पुणे - ४११०३०.

दिलीपराज प्रकाशनाची सर्व पुस्तके आता आपण **Online** खरेदी करू शकता.

आमच्या **Website** ला कृपया एकदा अवश्य भेट द्या अथवा **Email** करा.

**Email - diliprajprakashan@yahoo.in**

**www.diliprajprakashan.in**

आपला
भारत १

# प्रियतम भारत

### राजा मंगळवेढेकर

## दिलीपराज प्रकाशन प्रा. लि.™

२५१ क, शनिवार पेठ, पुणे - ४११०३०.

## प्रियतम भारत
## Priyatam Bharat

### लेखक : राजा मंगळवेढेकर

**ISBN :** 81 - 7294 - 253 - 2

**प्रकाशक ।** राजीव दत्तात्रय बर्वे । मॅनेजिंग डायरेक्टर
दिलीपराज प्रकाशन प्रा. लि. । २५१ क, शनिवार पेठ । पुणे ४११०३०.
दूरध्वनी क्रमांक (फॅक्ससहित)
२४४७१७२३ । २४४८३९९५ । २४४९५३१४

© **दुर्गा मंगळवेढेकर**
९, अशोकबन, मॉडेल कॉलनी । पुणे - ४११०१६.

**मुद्रक ।** रेप्रो इंडिया लिमिटेड, मुंबई

**सुधारित आधुनिक आवृत्ती ।** १५ जून २०१५
(मे २०१५ पर्यंतच्या माहितीसह)

**प्रकाशन क्रमांक ।** ९०७

**अक्षरजुळणी ।** सौ. मधुमिता राजीव बर्वे
पितृछाया मुद्रणालय । ९०९, रविवार पेठ । पुणे ४११००२.

**मुद्रितशोधन ।** सुभाष फडके

**मुखपृष्ठ ।** सागर नेने

*भिन्नतेत या अभिन्न...*

*भिन्नतेत या अभिन्न आज गाऊ आरती*
*लक्ष हस्त, लक्ष पाद, हृदय एक भारती*
*भिन्न वेष, भिन्न भाष, भिन्न धर्मरीती*
*भिन्न जात, भिन्न पंथ, तरीही एक संस्कृती ।।१।।*
*भिन्न रंग, भिन्न ढंग, भिन्न भाव-आकृती*
*भिन्न छंद, भिन्न बंध, आगळी कलाकृती ।*
*भिन्न वाणी, भिन्न गाणी, अर्थ एक वाहती*
*भिन्न शौर्य, भिन्न धैर्य, घोष एक गर्जती ।।२।।*
*भिन्न भवन, भिन्न हवन, भिन्न क्षेत्र मानिती*
*लहर लहर भिन्न तरी, एक गगन-माती ।*
*भिन्न तार, ताल तरी, एक मधुर झंकृती*
*कमलपुष्प हासते पाकळ्यांतुनी किती ।।३।।*

राजा मंगळवेढेकर

# अनुक्रमणिका

# १. भारत देश महान

**हे मोर चित्त, पुण्यतीर्थे**
**जागो रे धीरे**
**एई भारतेर महामानवेर**
**सागर - तीरे!**

गुरुदेव रवीन्द्रनाथ टागोरांनी भारतप्रशस्ती गाताना म्हटले आहे, 'हे माझ्या हृदया! या पवित्र तीर्थाकडे नीट जागृत होऊन श्रद्धेने पहा. हा भारतदेश महामानवतेचा सागर आहे!'

खरोखरच या भारताची थोरवी अनेक दृष्टींनी स्तिमित करणारी, चकित करणारी आहे! खंडतुल्य विशाल भूप्रदेश, विस्तीर्ण किनारपट्टी, उत्तुंग पर्वतराजी, घनदाट जंगले, विविध रूपे-वैचित्र्याने नटलेला निसर्ग, जलसंपन्न नद्या, चित्रविचित्र पशुपक्षी आणि काळे-सावळे, गोरे-पिवळे, उंच धिप्पाड, नाना तऱ्हेचे लोक! देवतांनाही हेवा वाटावा अशा भूमीवरचा स्वर्गलोक म्हणजे आपला प्रियतम भारत देश! या भारतवर्षात किती तरी जाती-जमाती, धर्म-पंथ, भाषा-बोली आणि संस्कृतीच्या भिन्न, भिन्न छटा आढळतात. विविधतेचे एवढे वैपुल्य भारताखेरीज पृथ्वीच्या पाठीवर अन्यत्र क्वचित्रतच आढळेल. परंतु या विविधतेतही एक अभंग एकता अनुस्यूत आहे, हे भारताचे वैशिष्ट्य आहे. पुरुषसूक्तात परमेश्वराचे वर्णन 'सहस्रशीर्षा, सहस्रपादौ, सहस्त्राक्षा....' म्हणजे हजार शीर्ष असलेला, हजार पाय, हजार डोळे असलेला असे केलेले आहे. चतुर्भुज, अष्टभुज देवतांच्या मूर्ती अनेक आहेत. त्रिमूर्ती चतुर्मुख, दशानन अशी अनेक मुखे असलेले देव आहेत.

**नमोऽस्त्वनन्ताय सहस्त्रमूर्तये**
**सहस्त्रपादाक्षिशिरूबाहवे**
**सहस्त्रनाम्रे पुरुषाय शाश्वते**

**सहस्त्रकोटियुगधारिणे नमः।।**

असा पुष्कळ, अनंत अवयवांचा परमेश्वर वर्णिला, पण त्याला 'हृदय' मात्र एकच!

भारताची संस्कृती-रचना अशीच आहे. तिचे विविध आविष्कार आहेत, विविध छटा आहेत, परंतु 'भारतीयत्व' हे हृदय एकच आहे.

कमलपुष्प हे भारतीय संस्कृतीचे प्रतीक मानले जाते. कमळाला कशा निरनिराळ्या विलोभनीय पाकळ्या असतात, पण देठ मात्र एक. भारतीय संस्कृतीचे कमळ असेच उत्फुल्ल, देखणे आहे. याची एकेक पाकळी, एकेक दल केवढे सुंदर, संपन्न! तो बंगाल, तो पंजाब, तो काश्मीर, तो राजस्थान, इकडे गुजरात, दक्षिणेला केरळ, तामिळनाडू, आंध्र कर्नाटक, हा गोमंतक, महाराष्ट्र...कुठे मल्याळम, तर कुठे तेलगू, कुठे मराठी तर कुठे कानडी, कुणी बंगाली, पंजाबी, हिंदी, कोकणी, ब्रज, मैथिली, सिंधी, काश्मिरी, उर्दू...किती तरी भाषा, कितीतरी बोली लोकांच्या बोलण्यात आहेत. त्यातून उत्तमोत्तम साहित्य आहे. नृत्यनाट्य. शिल्प-चित्र-संगीत आदी विविध कलांची उद्याने फुललेली आहेत. वेशभूषा, खाणेपिणे, घरेदारे, सण-उत्सव, रीतीरिवाज आगळे वेगळे. पण या वेगळेपणातही एकता आहे. ऐक्य आहे. मोठा सुरेख हार असतो. त्यातील एकेक फूल आपल्यापरीने कसे प्रफुल्ल, रंगीत, सुगंधी असते. पण प्रत्येक फूल वेगळे असूनही एका सूत्रात गुंफलेले असते!

**किती विशाल भारत देश, किती भाषा आणखी वेश!**
**परि हृदय खोलुनि बघता 'आम्ही एक' एक जयघोष।।**
**ही उत्तर-दक्षिण आमुची**
**ही पश्चिम-पूर्वही आमुची**
**कृष्णा, गोदा, यमुना, गंगा, झेलम उरी सावेश ।।१।।**
**ही सह्याद्रीची छाती**
**ही राजपुतांची माती**
**शीख, आसामी, केरळ, तमिळ अभंग भावावेश ।।२।।**
**ही ज्ञानेशची वाणी**
**ती चैतन्याची गाणी**
**नानक, नरसी, मीरा, पुरंदर, भारती दे संदेश ।।३।।**
**हे विपुल सिंधुचे खोरे**
**हे गोवळकोंडी हिरे**

**चंबळ, उडीया, गोवा अर्पिती सौंदर्यासह त्वेष ।।४।।**
**हा कणखर वर हिमगिरी**
**हा सागर दक्षिण तीरी**
**वारे, तारे इथले सारे देती दिव्य आदेश ।।५।।**
**'आम्ही एक' - एक जयघोष ।।**
**'आम्ही एक' - एक जयघोष ।।**

अशी एकता असल्यामुळेच भारतीय मनुष्य, मग तो कोठेही असो, कसाही असो भारतीय अनुभवातच जगत असतो. भारत हे एक राष्ट्र आहे, भारताची जनता एक आहे, अशी भव्यदिव्य ऐक्याची जाणीव इथे प्राचीनकाळापासून जागती आहे. भारतीय माणूस स्नान करू लागला तर अवघ्या भारतातील लोकमातांचे पुण्यस्मरण त्याला होते. पाण्याचा तांब्या अंगावर ओतून घेता घेता, "हर गंगे! भागीरथी! हर यमुने! गोदावरी!" असा घोष करून तो मंत्र पुटपुटतो,

"गंगेच यमुनेचैव, गोदावरी सरस्वती
नर्मदे, सिन्धु, कावेरी, जलेऽस्मिन् सन्निधि कुरू॥"

पूर्व, पश्चिम, उत्तर, दक्षिण, अथवा मध्य भारतातील माणसाला आकर्षण वाटते ते गंगेचे, काशी-क्षेत्राचे आणि हिमालयाचे! ही त्यांची पवित्र स्थाने आहेत. चारी धाम यात्रा ही त्याची आकांक्षा आहे. रामेश्वरची कावड काशीविश्वेश्वराला वाहण्याची परंपरा आहे. धार्मिक आणि सांस्कृतिक एकतेचा हा धागा बळकट आणि जिवंत आहे. उत्तरेकडून दक्षिणेकडे व दक्षिणेकडून उत्तरेकडे विचारांच्या आदानप्रदानाची परंपरा भारतात फार प्राचीन काळापासून चालत आलेली आहे. एक काळ असा होता जेव्हा वैदिक, बौद्ध आणि जैन उत्तरेकडून आले आणि त्यांनी दक्षिणेकडे ज्ञान-प्रचार केला. त्यानंतर दक्षिणेतून शंकर, रामानुज, मध्व आदी आचार्य उत्तरेकडे गेले आणि त्यांनी ज्ञान-प्रसार केला. शंकराचार्यांनी भारताच्या चार दिशांना मठस्थापना केली. केरळात जन्मून काश्मीरात जीवनयात्रा संपवली. संतांनी भारतभ्रमण करून सद्विचार दिले. महाराष्ट्राचा नामदेव पंजाबचा झाला. पुरंदरचा पुरंदरदास कर्नाटकचा बनला. राष्ट्रीय आंदोलनात 'लाल-बाल-पाल' ह्या त्रिमूर्तींनी भारताचे नेतृत्व केले. राजा राममोहन रॉय, रामकृष्ण, विवेकानंद, रवीन्द्रनाथ, गांधीजी, जवाहरलाल, राधाकृष्णन्, विनोबाजी आदी महापुरुषांनी भारताची परंपरा पुष्ट केली. पुढे चालवली.

स्वतंत्र भारत, सार्वभौम भारत आता नवी वाटचाल करीत आहे. नवी घडण घडवीत आहे.

बलसागर भारत होवो विश्वात शोभुनी राहो ।।
हातात हात घेऊन,
हृदयास हृदय जोडून,
ऐक्याचा मंत्र जपून,
या कार्य करायला हो!...

★★★

# २. भूमी-परिचय

'प्रांताने भारती व्हावे आणि भारताने अतिभारती बनावे' अशी साने गुरुजींच्या आंतरभारतीची दृष्टी आहे. रवीन्द्रनाथ तर विश्वकवी होते. त्यांनी याहून मोठी झेप घेतली. पूर्व आणि पश्चिमेचा सांस्कृतिक संगम व्हावा असे विशाल, सुंदर, मंगल स्वप्न त्यांनी हृदयाशी बाळगले. 'विश्वभारती'ची स्थापना केली. 'अथेयं विश्वभारती । यत्र विश्वं भवत्येकनीडम्' - जेथे संबंध जगाने येऊन एकाच ठायी वस्ती करावी, असे सबंध विश्वाचे घरटे, म्हणजे विश्वभारता!

भारताने विश्वमय होण्याची, विश्वैक्य अनुभवण्याची आकांक्षा पुरातन काळापासून हृदयाशी बाळगलेली आहे. ऋग्वेदातल्या ऋषीने दहा हजार वर्षांपूर्वी 'विश्वमानुष:' असा शब्द वापरलेला आहे. वैश्वानर वृत्तींची जोपासना केली आहे. ज्ञानदेवांनी 'ज्ञानेश्वरी' लिहून पूर्ण झाल्यावर 'पसायदान' गायले. त्यात म्हटले.

**आता विश्वात्मकें देवें। येणे वागयज्ञे तोषावें।**
**तोषोनि मज द्यावे पसायदान हे।।**

माझ्या या वाग्यज्ञाने साऱ्या विश्वाला प्रसन्न वाटले पाहिजे, संतोष झाला पाहिजे, अशी व्यापक इच्छा ज्ञानदेवांनी व्यक्त केली.

अशी विशाल दृष्टी आणि वृत्ती या भूमीने सतत जतन केलेली आहे. म्हणूनच ऋषीने या भरतखंडात जन्म मिळणे मोठे भाग्याचे मानले-

दुर्लभं भारते जन्म मानुषं तत्र दुर्लभम्।

भारतात जन्म मिळणे आधी दुर्लभ, त्यातही पुन्हा मनुष्यजन्म मिळणे आणखी दुर्लभ. आपल्या या देशाविषयी केवढी पवित्र भावना ऋषींच्या मनीमानसी वसत होती! मनुष्यजन्म मिळाला तर अहोभाग्यम्. पण कीडामुंगी होऊनही भारताच्या मातीत जन्मल्याचे भाग्य लाभावे, याचे कारण या भूमीत साधुसंतांनी, सत्पुरुषांनी निरंतर संचार केला आहे. हजारो वर्षांपासून त्यांची पावले इथे

फिरलेली आहेत. त्यांच्या पदस्पर्शाने ही माती पावन झालेली आहे.

या मातीला 'भारत' म्हणतात. 'भारतवर्ष' म्हणतात आणि 'हिंदुस्थान' म्हणतात. इंग्रजांनी या देशाला 'इंडिया' म्हटले.

भारत नावालाही इतिहास आहे. आख्यायिका आहे. फार फार वर्षांपूर्वी ह्या देशाला 'अजनाभवर्ष' असे म्हणत असत. अजन्माच्या नाभीवर वसलेला देश, असा याचा अर्थ. प्राणीसृष्टी जन्म पावते, वाढते आणि अंती लयात विलीन होते. पण ईश्वर अजन्मा आहे. त्याला जन्म नाही नि अंतही नाही. अशा अजन्म विष्णूच्या नाभीकमलात वसती करून सृष्टीकर्त्या ब्रह्मदेवाने ज्या प्रथम लोकाची निर्मिती केली तो लोक म्हणजे अजनाभ होय. अजनाभवर्ष हेच मानवाच्या उत्पत्तीचेही पहिले स्थान आहे. असे भागवत ग्रंथात म्हटले आहे.

पुराणकालातही वेगवेगळ्या नावांनी या देशाला संबोधल्याचे आढळते. वायु पुराणात याला 'हैमतवर्ष' म्हटले आहे. या देशाचा सीमारक्षक महान हिमालय पर्वत असल्यामुळे हे नाव दिले असावे.

'कार्मुक संस्थान' असेही नाव आढळते. या देशाच्या आकारावरून हे नाव दिले आहे. कार्मुक याचा अर्थ धनुष्य असा आहे. दक्षिणेला कन्याकुमारी हा धनुष्याचा वक्र दंड असून उत्तरेचा हिमालय ही त्याच्यावरची खेचलेली प्रत्यंचा आहे अशी यात कल्पना आहे.

मार्कंडेय नामक पुराणात भारताला कूर्माकृती कल्पलेले असून त्याचे नऊ भाग वर्णिलेले आहेत. कासवालाच कूर्म म्हणत. या भारत-कूर्माचे मुख पूर्वेला आहे, अशी कल्पना. या अफाट सादृश्यावरून 'कूर्म-संस्थान' हे एक नाव या देशाला दिलेले आढळते.

परंतु ही नावे पुढे प्रचारात राहिली नाहीत आणि 'भारत' किंवा 'भारतवर्ष' हेच नाव चालू राहिले. रूढ झाले.

'भरत' राजावरून भारत हे नाव झाले. स्वायंभुव मनूला प्रियव्रत नावाचा एक पुत्र होता. त्याचा पुत्र नाभी व या नाभीचा पुत्र ऋषभ नामक होता. या ऋषभाला १०० पुत्र झाले. त्यातल्या ज्येष्ठ पुत्राचे नाव होते भरत. यालाच राजसिंहासन मिळाले. हा मोठा शूर, पराक्रमी होता. याच्याविषयी वायुपुराणात म्हटले आहे.

**ऋषभात् भरतो जज्ञे वीरः पुत्रशताग्रजः ।**
**सोऽभिषिच्याथ भरतं पुत्रं प्राव्राज्यमास्थितः ।।**
**हिमाह्वं दक्षिणं वर्षं भरताय न्यवेदयत् ।**

**तस्मात्तद् भारतं वर्षं तस्यनाम्रा विदुर्बुधा: ।।**

(ऋषभाला भरत नावाचा पुत्र झाला. तो शंभर पुत्रात ज्येष्ठ व शूर होता. ऋषभाने त्याला राज्याभिषेक करून स्वत: संन्यास घेतला. त्याने हैमवत नावाचे दक्षिणवर्ष भारताला राज्यकारभारासाठी दिले. पुढे ते हैमवतवर्ष भरताच्या नावावरून भारत म्हणून ओळखण्यात येऊ लागले.)

दुष्यंत - शकुंतलेचा पुत्र 'भरत' याच्या नावावरूनही 'भरतखंड' किंवा भारत हे नाव या देशाला मिळाले असाही उल्लेख महाभारतात आढळतो.

**भरताद् भारती: कीर्तियनेदं भारतं कुलम्।**
**अपरे ये च पूर्वे च भारता इति विश्रुता:**

(भरतामुळे भारतातल्या प्रजेची कीर्ती झाली. त्याच्या कुलाला भारतकुल म्हणू लागले आणि त्यांच्यानंतरचे या देशातले सर्व लोक भारत म्हणून प्रसिद्धी पावले.)

भरत बालपणापासूनच शूर-वीर होता. सिंहाच्या छाव्याच्या जबड्यात हात घालून त्याचे दात मोजणाऱ्या या भरत राजाने पुढे गंगा-यमुनेच्या तटावर अनेक अश्वमेघ यज्ञ केले आणि आपले सार्वभौमत्व प्रस्थापित केले. अश्वमेघ यज्ञाने दिग्विजय केल्याची मान्यता प्राप्त होत असे. त्यामुळे भरताच्या चतुरंग सेनेने व प्रजाहितदक्ष शासनाने चांगलाच लौकिक मिळवला. इतस्तत: विखुरलेल्या लहान लहान सत्ता एका मोठ्या सत्तेखाली आल्या. या भूमीला राजकीय एकता प्राप्त झाली. ही सर्व भूमी भरताची झाली. म्हणून ती भारत बनली.

सिंधू नदीवरून सिंधूभूमी, सिंधुस्थान अशी नावे पडली. सिंधूच्या अलीकडे राहणाऱ्या लोकांना इराणी लोक हिंदू म्हणत असत. कारण इराणी भाषेत 'स'च्या जागी 'ह' म्हटले जाते आणि त्यामुळे सिंधुस्थानचे हिंदुस्थान बनले.

हिंदुस्थान हे नाव बरेच प्रचलित झाले. त्याला हिंदूंचे वसतिस्थान असाही एक अर्थ मिळाला.

स्वातंत्र्यप्राप्तीनंतर घटना-परिषदेने 'भारत' हेच नाव अधिकृत ठरवले. भारत हा सातव्या क्रमांकाचा मोठा देश आहे.

**उत्तरं यत्समुद्रस्य हिमाद्रेश्चैव दक्षिणम्।**
**वर्षं तद् भारत नाम भारती यत्र सन्तति:।।**

समुद्राच्या उत्तरेस आणि हिमालयाच्या दक्षिणेस असलेले वर्ष ते भारतवर्ष आणि इथली प्रत्येक जाती भारती होय असे विष्णुपुराणात म्हटले आहे. वायु पुराणात म्हटले आहे.

**आयतो ह्याकुमारिक्यादाराङ्प्रभा वाच्च वै ।**

कन्याकुमारीपासून गंगेच्या उगमस्रोतापर्यंत पसरलेला देश म्हणजे भारत. यावरून प्राचीन कालापासूनची भारत देशाची चतु:सीमा लक्षात येते.

उत्तरेला उत्तुंग हिमालय आणि तिन्ही बाजूंनी सागर वेष्टित असा हा निसर्गनेच संरक्षिलेला देश आहे. ५,६८९ किलोमीटर लांबीचा समुद्रकिनारा आणि १५,२०० किलोमीटर लांबीची भू-सीमा आज या देशाला लाभलेली आहे. १९४७ साली देश-विभाजन झाल्यानंतर ३२,८०,४८३ चौरस किलोमीटर एवढे याचे क्षेत्रफळ आहे. या भूमीची दक्षिणोत्तर लांबी ३,२१४ किलोमीटर असून पूर्व-पश्चिम लांबी २,९३३ किलोमीटर आहे. हा देश विषुववृत्ताच्या उत्तरेस सुमारे ८° ते ३७° अक्षांश आणि ६८° ते ९७° पूर्व रेखांश यांच्या दरम्यान वसलेला आहे. २०११ च्या जनगणनेनुसार या देशाची लोकसंख्या १२१,०१,५९,६६६ एवढी आहे. लोकसंख्येच्या दृष्टीने एकशे वीस कोटीहून अधिक लोकांचा हा देश जगात - एका चीनखालोखाल दुसऱ्या क्रमांकाचा आहे. असे म्हणतात की, जगातल्या दर पाच माणसात एक भारतीय असतो. याचा अर्थ असा की, जगाच्या एकूण लोकसंख्येच्या एक पंचमांश लोकसंख्या भारताची आहे.

विशाल क्षेत्रफळ आणि अफाट लोकसंख्या यामुळे भारताला उपखंडच मानले जाते. या उपखंडात युरोपातील रशिया व आणखी दोन लहान देश या व्यतिरिक्त अकरा-बारा देश समाविष्ट होऊ शकतील. भारतातील एकेका जिल्ह्याचे क्षेत्रफळ सुमारे ५००-६०० चौरस किलोमीटर आहे. काही जिल्हे तर आकाराने एवढे मोठे आहेत की, युरोपातील एक सबंध देशच्या देश त्यात अंतर्भूत होऊ शकेल.

युरोप आणि अमेरिका खंडात भिन्न भिन्न प्रकारचे हवामान, भौगोलिक स्थिती, निसर्ग, आणि लोक आढळतात तशी सर्व प्रकारची भिन्नता एकट्या भारतात दृष्टीस पडते. सर्वात उंच गिरीशिखरे, अफाट लांबरुंद मैदाने, पावसाळी बर्फाळ, तसेच कडक उष्ण आणि अति थंड प्रदेश भारतात आहेत. सर्व ऋतूंचे अस्तित्व येथे नजरेस पडते.

भारताचा विस्तीर्ण भू-प्रदेश तीन प्राकृतिक विभागांमध्ये वाटलेला आहे. उत्तरेस हिमालय, दक्षिणेस दख्खनचे पठार आणि मध्यभागी सिंधु-गंगेचे मैदान. हिमालय म्हणजे बर्फाचे आलय-घर! हिमालयाचा महिमा भारतीय मनाला फार श्रेष्ठ वाटतो. याचे कारण हा जगातील पर्वतात उंच व विशालकाय असा गिरिराज आहे. याची पूर्व-पश्चिम लांबी दीड हजार मैल असून अडीच—तीनशे मैल जाडी आहे. कोणे एके काळी येथे समुद्र होता. सृष्टीच्या घडामोडीत

समुद्र दक्षिणेला सरकला. परवा-परवापर्यंत हिमालयाचे गौरीशंकर-एव्हरेस्ट हे २९००२ फूट उंचीचे शिखर मानवाला अजिंक्य होते. पण अनेक मोहिमांनंतर भारताचा गिर्यारोहक तेनसिंग नोर्के आणि न्यूझीलंडचा हिलरी यांनी दिनांक २९ मे १९५३ रोजी हे शिखर सर केले आणि त्यावर भारताचा तिरंगा व न्यूझीलंडचे निशाण फडकले. गौरीशंकराखेरीज नंदादेवी, त्रिशूल, धवलगिरी, बद्रीनाथ इत्यादी उत्तुंग बर्फाच्छादित शिखरे आहेत. प्राचीनकाळी या पर्वताला 'हिमवत्' असे नाव होते. हिमालयाशी भारतीय माणसाने भावनिक व धार्मिक नातेही जडलेले आहे. भगवद्‌गीतेत श्रीकृष्णांनी तर 'स्थावराणां हिमालया:' अशा शब्दात त्याची महती गायली असून त्याला आपली विभूती मानली आहे.

कविकुलगुरू कालिदासाने 'कुमार संभव' काव्याच्या प्रारंभीच -

**'अस्त्युत्तरस्यां दिशि देवतात्मा ।**
**हिमालयो नाम नगाधिराजः ।।'**

असे वर्णन केले आहे. कालिदासाने हिमालयाला 'देवतात्मा' म्हटले आहे, शिवाय 'पृथ्वीचा मानदंड' म्हणून गौरविले आहे.

हिमालयाची कन्या पार्वती हिने शंकरासाठी इथेच घोर तप:साधना केली. शंकराचे कैलास हे निवासस्थान येथेच आहे. गंगा, यमुना, सरस्वती, बह्मपुत्रा, सिंधू या महानद्यांचा उगम हिमालयाच्या कुशीतच झालेला आहे. यक्ष, किन्नर, गंधर्व, अप्सरा आणि अनेक तपस्वी मुनींचे हिमालय हे प्रिय असे आश्रयस्थान आहे.

गंधमादन पर्वत, मानसरोवर हिमालयातच आहेत. अमरनाथ, बद्रिनाथ, केदारनाथ, गंगोत्री, जमोत्री, हृषिकेश, हरिद्वार आदी किती तरी तीर्थक्षेत्रे हिमालयाच्या परिसरातच आहेत.

देवदार वृक्षांची जंगले, नाना तऱ्हेची कंदमुळे, फळे, फुले यांची हिमालयात रेलचेल आहे. कितीतरी प्रकारच्या पशु-पक्ष्यांचे हिमालय हे निवासस्थान आहे. काश्मीर, कुलू ही सौंदर्यस्थळे हिमालयाच्या अंगणातच आहेत.

देवांनाही प्रिय असा हा पर्वतराज भारतीयांचा अभिमान-दंड आहे.

हिमालयाच्या दक्षिणेला सुमारे सात लक्ष चौरस किलोमीटर एवढे विस्तीर्ण पसरलेले सिंधू-गंगेचे खोरे आहे. सतलज, यमुना, ब्रह्मपुत्रा या नद्याही तिथून वाहतात. अत्यंत सुपीक, समृद्ध अशा या भू-भागावर मोठमोठी साम्राज्ये नोंदली. संस्कृती वाढल्या. यमुना नदीच्या काठीच भारताची राजधानी दिल्ली आहे. सौंदर्य-शिल्प ताजमहाल आहे. मथुरा-वृंदावन आहे. गंगेच्या काठी प्रसिद्ध वाराणशी क्षेत्र आहे. जवळच बुद्धाचे शांती-प्रवचन झाले ते सारनाथ आहे. त्याच्या पूर्वेला

**देवातात्मा हिमालय**

पाटना शहर आहे. बिहारची ही राजधानी. प्राचीन काळची हीच पाटलीपुत्र नगरी. सम्राट अशोकाची राजधानी. बिहारमध्येच बोधीगया आहे.

दक्षिणेला त्रिकोणाकार पठार आहे. विंध्य पर्वत मध्ये उभा आहे. तापी, नर्मदा या पश्चिमवाहिनी नद्या आहेत. तर महानदी, गोदावरी, कृष्णा, कावेरी या पूर्ववाहिनी नद्या आहेत. त्या बंगालच्या उपसागराला जाऊन मिळतात. पूर्व आणि पश्चिम घाटांची डोंगरमालिका दक्षिणेत निलगिरी पर्वताच्या हिरव्यागार रांगापर्यंत जाऊन भिडलेली आहे. पश्चिम समुद्रकिनाऱ्यावर मुंबई शहर आहे. दक्षिण टोकाला केरळ हा सौंदर्यसंपन्न प्रांत आहे. कन्याकुमारीचे स्थान आहे. प्रेक्षणीय गोपुरे, दक्षिणेत तमिळनाडू, आंध्र, केरळमध्ये आहेत. म्हैसूर बंगलोरसारखी सुंदर शहरे, गोमटेश्वर– हळेबीडसारखी शिल्पसौंदर्ये कर्नाटकात आहेत.

भारतात सर्व ठिकाणी एकसारखे हवामान नाही. स्थानपरत्वे भिन्न भिन्न आहे. सामान्यत: पाच ऋतू आढळतात. ग्रीष्म, वर्षा, शरद, शिशिर व वसंत. एप्रिल ते जून या ग्रीष्म काळात उष्णतामान वाढलेले असते. काही ठिकाणी भयंकर उकाडा होतो. पण पर्वतावरील ठिकाणी हवामान थंड व सुखद असते. जून ते सप्टेंबरपर्यंत पावसाळ्याचा-वर्षाऋतूचा काळ असतो. पावसाचे प्रमाणही

गोमटेश्वर

स्थानपरत्वे कमी-जास्ती असते. सप्टेंबर ते नोव्हेंबरपर्यंत शरद-ऋतूकाल असतो. या वेळी थंडीला सुरुवात झालेली असते, पण कडाक्याचा गारठा नसतो. शेतीभाती पिकांनी बहरलेली असते. डिसेंबर ते जानेवारी हा थंडीचा मोसम असतो. काही ठिकाणी फारच थंडी पडते. उत्तरेकडे बऱ्याच ठिकाणी हिमवृष्टीही होते.

भारत खनिज संपत्तीच्या बाबतीतही संपन्न आहे. कोळसा, तेल, लोखंड, अभ्रक, क्रोमाइट, मँगनीज आदी खजिनाच या भूमीत आहे. बिहार, पश्चिम बंगाल, ओरिसा ह्या प्रदेशात खनिजांच्या खाणी पुष्कळ आहेत.

भारतात गंगा, सिंधु, ब्रह्मपुत्रा यांच्या मैदानात व पूर्व-पश्चिम किनारपट्टीवर जमीन गाळाची आहे. दख्खन पठारावर तांबडी आहे. गोवा ते नागपूर या भागात काळी आहे व मध्यभाग, पश्चिमभाग आणि पूर्वघाट या भागात लॅटराइट जमीन आहे. तांदूळ, गहू, ज्वारी, बाजरी, ऊस, तंबाखू, भुईमूग, कापूस, ताग, चहा, कॉफी, रबर ही महत्त्वाची पिके आहेत.

भारताच्या एकूण क्षेत्रफळाच्या २३.५७ टक्के भूमीवर जंगल आहे. नाना तऱ्हेचे वृक्ष या जंगलातून आढळतात. इमारती लाकूड, कोळसा या व्यतिरिक्त निरनिराळ्या उद्योगधंद्यासाठी लागणारा कच्चा मालदेखील या जंगलातून भरपूर प्रमाणावर मिळतो. हरतऱ्हेची फळे, फुले इथे होतात. पशू-पक्ष्यांनी ही वने गजबजलेली आहेत. हत्ती, सिंह, वाघ, सांबर, गेंडा आदी पशूंच्या काही जाती खास भारतीय म्हणून विख्यात आहेत. वनांचे आणि वन्य-पशूंचे संरक्षण प्राचीन काळापासूनच इथे होत आलेले आहे. आसाम, मध्य भारतातील टेकड्या, पूर्वघाट, हिमालय, सुंदरबन, तराई, पश्चिम घाट, किनारपट्टी आदी भागात जंगले आहेत.

प्राचीन काळी अनेक जाती-धर्मांचे आणि पंथाचे लोक बाहेरून भारतात आले आणि येथेच वस्ती करून राहिले. हळूहळू आपआपसात ते मिळून मिसळून गेले. भारत त्यांनी आपलाच देश मानला. अशा प्रकारे द्रविड, आर्य, मंगोल, अरब, तुर्क, यवन, पारशी, ख्रिस्ती आदी अनेक तऱ्हेचे लोक भारतात आढळतात. काहींनी येथे राज्ये केली, काहींनी येथले कला-जीवन समृद्ध केले. काहींनी व्यापार उदीम वाढवला, तर काही इथल्या हवापाण्याशी आणि मातीशीच नव्हे तर सर्व भारतीय जीवनाशीच एकरूप होऊन गेले. या बाबतीत पारशी लोकांची कथा मोठी मार्मिक आहे.

पूर्व इराणमधून आठव्या शतकाच्या प्रारंभी काही पारशी लोक भारतात प्रथम आले. भारताच्या पश्चिम किनाऱ्यावर खंभातच्या खाडीतील देव नावाच्या बेटावर उतरले. त्या वेळी संजानचा हिंदू राजा जदिराणा म्हणून होता. पारशी लोकांच्या नेत्याने जदिराणाकडे जागा मागितली. परंतु जदिराणाला परक्या लोकांना आपल्या राज्यात सामावून घेणे अशक्य वाटले म्हणून त्याने नकार दिला. पण हा नकार एका वेगळ्या तऱ्हेने, मोठ्या चातुर्याने कळविला. जंदिराणाने काय केले, तर दुधाने काठोकाठ भरलेला एक पेला प्रधानाकरवी पारशी नेत्याकडे धाडला. तो दुधाने काठोकाठ भरलेला प्याला आपल्या मागणीच्या उत्तरादाखल आलेला पाहून नेत्याने त्या मागचा आशय ओळखला. तोही मोठा चतुर होता. त्याने त्या पेल्यात साखरेची चिमूट टाकली आणि तो पेला परत राजाकडे धाडून दिला. 'तुमच्या भरलेल्या पेल्यात आम्ही साखरेप्रमाणे विरघळून जाऊ, एकरूप बनू, गोडी वाढवू,' असा त्यातील अर्थ राजानेही जाणला. राजा खूश झाला. त्याने पारशी लोकांना आपल्या राज्यात सामावून घेतले.

पुढे भारताच्या इतर भागातही पारशी मंडळी पसरली. पण भारतीय जीवनाशी मिळूनमिसळून गेली. साखर होऊन भारतीय जीवनाची गोडी वाढवली.

भारतात जगातील जवळ जवळ सर्व धर्मांचेच लोक राहतात. जगात आज जे अकरा धर्म आहेत त्यांपैकी हिंदू, शीख, जैन आणि बौद्ध या चार धर्मांची जन्मभूमी भारत हीच आहे.

| एकंदर लोकसंख्या (२००१च्या जनगणनेनुसार) | १,०२,८६,१०,३२८ | टक्केवारी |
|---|---|---|
| हिंदू | ८२,७५,७८,८६८ | ८०.४६ |
| मुस्लीम | १३,८१,८८,२४० | १३.४३ |

| | | |
|---|---|---|
| ख्रिश्चन | २,४०,८०,०१६ | २.३४ |
| शीख | १,९२,१५,७३० | १.८७ |
| बौद्ध | ७९,५५,२०७ | ०.७७ |
| जैन | ४२,२५,०५३ | ०.४१ |
| अन्य धर्मीय | ६६,३९,६२६ | ०.६५ |

भारत हा खेड्यांचा देश आहे. काही थोडी शहरे सोडली तर बहुसंख्य म्हणजे ६८.८५ टक्के लोक खेड्यातून राहतात. शहरातून ३१.१५ टक्के लोक राहतात.

भारतातील शहरांची वर्गवारी तीन प्रकारे केली आहे. पाच ते दहा लाख लोकसंख्या असलेल्या शहरांना सब-मेट्रोपोलीस, दहा लाख ते पन्नास लाख लोकसंख्या असलेल्या शहरांना मेट्रोपोलिस आणि पन्नास लाखांच्यावर लोकसंख्या असलेल्या शहरांना मेगा-सिटी असे म्हणतात. एक लाखावर लोकसंख्या असणारी ४९४ शहरे भारतात आहेत, त्यापैकी ९० शहरे पाच ते दहा लाख लोकसंख्येची आहेत. या ९० पैकी ४४ शहरांची वस्ती दहा लाखांवर आहे आणि या ४४ पैकी पन्नास लाखांवर लोकसंख्या असलेली शहरे म्हणजे बृहन् मुंबई, कोलकाता, दिल्ली, चेन्नई, बंगलुरु, हैद्राबाद व अहमदाबाद ही आहेत.

भारतीय घटनेनुसार मान्यताप्राप्त भाषांची संख्या २२ आहे. संस्कृत, हिंदी, बंगाली, आसामी, बोडो, उडिया, काश्मिरी, डोगरी, गुजराती, पंजाबी, मैथिली, मणिपुरी, नेपाळी, संथाळी, सिंधी, मराठी, कोकणी, कानडी, तेलगु, तमिळ, मल्याळम्, उर्दू.

उत्तरेकडील बहुतेक भाषा संस्कृतोद्भव असून त्यांची लिपीही देवनागरीला जवळ अशी आहे. दक्षिणेकडील चारही भाषा द्रविड आहेत. या द्रविड भाषांवरही संस्कृतचा मोठा प्रभाव पडलेला आहे. या प्रमुख भाषांव्यतिरिक्त बिहारी, राजस्थानी, संथाळी, भिल्ली, गोंडी, सिंधी, कोकणी, कुमायूँ, नेपाळी, तुलू, मणिपुरी, त्रिपरी, गारो, मिसो, कोरकू, हिंदुस्थानी, खानदेशी, खासी इत्यादी किती तरी बोलीभाषा प्रचारात आहेत.

स्वातंत्र्यानंतर भारताची राजभाषा हिंदी ठरविण्यात आली. जोडीला इंग्रजी आहेच. भाषावार प्रांतरचना झालेली असल्यामुळे त्या त्या भाषिक प्रदेशात ती ती प्रांतभाषा म्हणून राज्यकारभारात व शिक्षणाचे माध्यम म्हणून वापरात येऊ लागलेली आहे.

भारतात सध्या पुढीलप्रमाणे २९ राज्ये आहेत व त्यांची लोकसंख्या, क्षेत्रफळ, अधिकृत भाषा आणि त्यांच्यात असलेल्या जिल्ह्यांची संख्या पुढील कोष्टकात दिली आहे. त्यानंतरच्या कोष्टकात केंद्रशासित प्रदेशांची हीच माहिती दिली आहे.

| *अनु. क्र.* | *राज्य* | *जिल्हे* | *लोकसंख्या* | *क्षेत्रफळ* | *अधिकृत भाषा* | *अन्य भाषा* |
|---|---|---|---|---|---|---|
| १ | | २३ | ८,४६,५५,५३३ | २,७५,०४५ | तेलगु | उर्दू |
| २ | | १७ | १३,८३,७२७ | ८३,७४३ | इंग्रजी | |
| ३ | | २७ | ३,१२,०५,५७६ | ७८,४३८ | आसामी | बोडो |
| ४ | | ३८ | १०,३८,०४,६३७ | ९४,१६३ | हिंदी | उर्दू |
| ५ | | १८ | २,५५,४५,१९८ | १,३५,१९१ | छत्तीसगढी हिंदी | हिंदी |
| ६ | दिल्ली | ९ | १,६७,८७,९४१ | १,४८३ | पंजाबी,उर्दू | |
| ७ | | २ | १४,५८,५४५ | ३,७०२ | कोंकणी | |
| ८ | | ३३ | ६,०४,३९,६९२ | १,९६,०२४ | गुजराती | |
| ९ | | २१ | २,५३,५१,४६२ | ४४,२१२ | पंजाबी, | हरयानवी |
| १० | | १२ | ६८,६४,६०२ | ५५,६७३ | पंजाबी | |
| ११ | | २२ | १,२५,४१,३०२ | २,२२,२३६ | उर्दू | इंग्रजी |
| १२ | | २४ | ३,२९,८८,१३४ | ७९,७१४ | हिंदी | संथाळी बंगाली |
| १३ | | ३० | ६,१०,९५,२९७ | १,९१,७९१ | कन्नड | इंग्रजी |
| १४ | | १४ | ३,३४,०६,०६१ | ३८,८६३ | मल्याळम् | इंग्रजी |
| १५ | | ५० | ७,२५,९७,५६५ | ३,०८,२४५ | हिंदी | |
| १६ | | ३५ | ११,२३,७२,९७२ | ३,०७,७१३ | मराठी | |
| १७ | | ९ | २५,७०,३९० | २२,३२७ | मणिपुरी | |
| १८ | | ११ | २९,६६,६८९ | २२,४२९ | इंग्रजी | खासी, गारो |
| १९ | | ८ | १०,९७,२०६ | २१,०८१ | मिझो | |
| २० | | ११ | १९,७८,५०२ | १६,५७९ | इंग्रजी | |
| २१ | | ३० | ४,१९,७४,२१८ | १,५५,७०७ | उडिया | |

| | | | | | | |
|---|---|---|---|---|---|---|
| २२ | | २२ | २,७७,४३३३८ | ५०,३६२ | पंजाबी | |
| २३ | | ३३ | ६,८५,४८,४३७ | ३,४२,२३९ | हिंदी | |
| २४ | | ४ | ६,१०,५७७ | ७,०९६ | नेपाली | |
| २५ | | ३२ | ७,२१,४७,०३० | १,३०,०५८ | तमिळ | इंग्रजी |
| २६ | | ८ | ३६,७३,९१७ | १०,४८६ | बंगाली | |
| २७ | | १३ | १,००,८६,२९२ | ५३,४८३ | हिंदी | संस्कृत |
| २८ | | ७५ | १९,९५,८१,४७७ | २,४०,९२८ | हिंदी | उर्दू |
| २९ | | १९ | ९,१३,४७,४३६ | ८८,७५२ | बंगाली<br>नेपाली | इंग्रजी |
| एकूण | | ६५० | १,२०,६८,२४,२५३ | ३२,७७,७६३ | | |

| **केन्द्रशासित प्रदेश** | **जिल्हे** | **लोकसंख्या** | **क्षेत्रफळ वर्ग कि. मी.** | **अधिकृत भाषा** | **अन्य भाषा** |
|---|---|---|---|---|---|
| अंदमान आणि निकोबार | ३ | ३,८०,५८१ | ८,२४९ | इंग्रजी | बंगाली<br>हिंदी<br>तमिळ |
| चंदीगढ | १ | १०,५५,४५० | ११४ | पंजाबी | |
| दादरा आणि नगरहवेली | १ | ३,४३,७०९ | ४९१ | इंग्रजी | |
| दमण आणि दीव | २ | २,४३,२४७ | ११२ | कोंकणी | गुजराती |
| लक्षद्वीप | १ | ६४,४७३ | ३२ | मराठी | |
| पदुचेरी | ४ | १२,४७,९५३ | ४७९ | इंग्रजी<br>तमिळ | मल्याळम्<br>तेलगु |
| एकूण | १२ | ३३,३५,४१३ | ९,४७७ | | |

अशी ही विविधतेने, नटलेली, फुललेली धन्य भारतभूमी!

★★★

# ३.

# भारताचा उषःकाल

पाच हजार वर्षांपूर्वीचा भूमीखाली दडलेला इतिहास आता उजेडात आलेला आहे. भारताच्या इतिहासाचा तो प्रारंभकाळ होता. पण या काळीसुद्धा येथील लोक सुसंस्कृत, सुजाण होते. त्यांची नगरे, घरे, राहणी व्यवस्थित होती, असे उत्खननातील अवशेषांवरून दिसते. सिंध आणि दक्षिण पंजाबमध्ये हे अवशेष सापडले आहेत. 'मोहन-जो-दडा' म्हणजे मुडद्यांचे शहर या व 'हडप्पा' या नावाने ही शहरे भरभराटलेली होती. पक्क्या विटांनी बांधलेली घरे, लांबरूंद रस्ते, सार्वजनिक स्नानगृहे, सांडपाणी वाहून जाण्यासाठी गटारे, मातीची सुडौल, नक्षीदार भांडी, कासे आणि तांबे यांची बनलेली हत्यारे, सोने आणि हस्तिदंत यांचे सुंदर अलंकार आणि अनेक भित्ती चित्रे. 'ममी' म्हणजे मसाला भरून प्रेते ठेवण्याची कला, यावरून मोहन-जो-दडो किंवा हडप्पा येथे वसती करणाऱ्या लोकांची संस्कृती किती

प्रगत व सुधारलेली होती. याची कल्पना येते. हे लोक चित्रलिपीचा वापर करीत असत. शेती हा व्यवसाय होताच, पण त्या व्यतिरिक्त अन्य उद्योग-धंदेही उन्नत अवस्थेत होते. सुती कपडा आणि इतर पुष्कळ वस्तू पश्चिम आशियातील देशात निर्यात होत असत. या विकसित संस्कृतीचा 'सिंधू खोऱ्यातील संस्कृती' असे

नाव होते. या संस्कृतीचा मेसापोटामिया व इजिप्त या संस्कृतीशी थोडाफार संबंध आढळतो.

ही प्राचीन संस्कृती सोडली तरी द्रविड लोकांची मोठी संपन्न संस्कृती त्या काळी दक्षिणेत आणि काही ठिकाणी उत्तरेतही होती.

**भारतीय आर्य लोक**

आर्य लोक भारतामध्ये उत्तरेकडून टोळ्याटोळ्यांनी उतरले असा इतिहासकारांचा कयास आहे. उपलब्ध पुराव्यानुसार हे लोक सुरुवातीला पंजाबात येऊन वसले असे दिसते. पुढे हे लोक पूर्वेकडे गेले आणि साऱ्या उत्तर भारतात पसरले. आजचा अफगणिस्तान प्राचीन काळी हिंदुस्तानचाच एक प्रदेश होता. हिंदुस्तानच्या वायव्य भागाला त्या काळी 'गांधार' असे नाव होते. आर्यांनी सिंधु नदी व गंगा नदी यांच्या आसपासच्या मैदानी प्रदेशात उत्तरेत मोठमोठ्या वसाहती स्थापन केल्या. आर्यांच्या या वसाहतीमध्ये पुष्कळ अरण्ये होती. उत्तर आणि दक्षिण हिंदुस्तान यामधल्या भागात फारच मोठे अरण्य होते. आर्य-पूर्व-पश्चिमेकडे गेले, पण दक्षिणेकडे सामुदायिक रीतीने फारसे गेले नाहीत. एकेकटे कोणी गेले असतील. प्राचीन परंपरागत कथेवरून असे दिसते की, दक्षिणेकडे जाणारा पहिला आर्य म्हणजे अगस्त्य ऋषी होय. यानेच आर्यांचा धर्म आणि संस्कृती यांचा संदेश दक्षिणेत प्रथम पोहोचवला.

सुरुवातीला बाहेरून आलेले आर्य आणि येथले मूळचे रहिवासी द्रविड यांच्यामध्ये संघर्ष झाले. परंतु कालांतराने ते मिटले आणि सामाजिक, आर्थिक, राजकीय, धार्मिक व सांस्कृतिक आदी क्षेत्रात एकमेकांच्या आचार-विचारांचा प्रभाव पडला. अनेक बाबतीत दोन प्रवाहांचे मीलन झाले. 'आर्य' म्हणजेच 'श्रेष्ठ'. त्यांची भाषा प्राचीन संस्कृत होती. देव-देवतांची स्तुती ते संस्कृत मधूनच करीत असत. वरूण, सूर्य, अग्नी, इंद्र यांना देवता मानून ते त्यांची पूजा करीत असत. या देवतांच्या शक्तीपुढे ते नम्र होत असत. त्यांचे भयही बाळगीत असत. इन्द्र हा त्यांचा सर्वात मोठा देव होता. आपल्या शत्रूवर विजय संपादन करण्यासाठी ते इंद्राची स्तुती करीत असत. देवाला प्रसन्न करण्यासाठी ते यज्ञ करीत असत. कालांतराने त्यांच्या प्रार्थना, ऋचा एकत्र करण्यात आल्या. त्यांनाच 'ऋग्वेद' म्हणतात. आध्यात्मिक दृष्ट्याच नव्हे तर साहित्यिकदृष्ट्याही 'ऋग्वेद' ही एक उच्च, महत्तम कृती आहे. ऋक् म्हणजे ऋचा किंवा स्तोत्र आणि वेद म्हणजे ज्ञान. आयुष्य म्हणजे धन आहे, असे सांगणारी ही एक ऋचा.

**इमं जीवेभ्यः परिधिं दधामि मैषां नु गादपरो अर्थमेतम्**

**शतं जीवन्तु शरदः पु चीरन्तर्मत्युं दधतां पर्वतेनं ।।**

- ऋग्वेद

सर्व मनुष्यांना मी ही आयुष्यमर्यादा देत आहे.

आयुष्य हे एक प्रकारचे धन आहे. यासाठी कुणीही या धनाची उधळपट्टी करू नये.

सर्व मनुष्ये पूर्ण शंभर वर्षे जिवंत राहोत व मृत्यूला पर्वताच्या आड करोत!

ऋग्वेदानंतर आणखी तीन वेदांची रचना झाली : सामवेद, यजुर्वेद आणि अथर्ववेद. ब्राह्मण ग्रंथ आणि उपनिषदे यांनाही वेदाचेच अंग मानतात. हिंदूंचे हे प्रमाण धर्मग्रंथ आहेत. उपनिषदांमध्ये आत्मा, परमात्मा आणि आध्यात्मिक सत्य याचा शोध घेतला आहे. 'सत्यमेव जयते' ही घोषणा उपनिषदांचीच आणि पुढील आकांक्षाही त्यातीलच.

**असतो मा सद्‌गमय ।**

**तमसो मा ज्योतिर्गमय ।**

**मृत्योर्मा अमृतं गमय ।।**

आम्हाला असत्याकडून सत्याकडे, काळोखातून प्रकाशाकडे आणि मृत्यूकडून अमरत्वाकडे जावयाचे आहे.

या दिव्य आकांक्षेप्रमाणे संकल्पही भव्य, उदात्त आहे -

**सर्वेऽत्र सुखिनः सन्तु ।**

**सर्वे सन्तु निरामयाः ।**

**सर्वे भद्राणि पश्यन्तु ।**

**मा कश्चितदुःखमाप्नुयात् ।।**

सर्वांना सुख, आरोग्य, संपदा लाभावी. सर्वांचे कल्याण व्हावे कोणीही दुःखी असू नये.

इतिहासाच्या आरंभकाळी भारतीय ऋषीमुनींनी व्यक्त केलेली विशाल दृष्टी व व्यापक विचार पाहून त्यांच्या ठायीच्या द्रष्टेपणाबद्दल कौतुक व आदर वाटतो!

उपनिषदांच्या शिकवणुकीलाच 'वेदान्त' असे म्हटले आहे. हेच भारतीय दर्शन. भारतीय दर्शनाचे सार 'अद्वैतवाद' हे आहे. सूत्ररूपाने 'तत्-त्वम-असि'- 'ते तूच आहेस' या शब्दात ते सांगता येते. हे दर्शन एवढे विशाल आहे की, ते सर्व धर्मांच्या, पंथांच्या मर्यादा उल्लंघून जाते.

वेदांच्या नंतर काही उपवेदांचीही रचना झाली. चिकित्सा, युद्ध, संगीत, कला, स्थापत्य अशा विविध विषयांचा ऊहापोह त्यात केला आहे. यावरून भारताची प्राचीन विचारप्रणाली केवळ अध्यात्म किंवा बह्मविद्येपुरतीच मर्यादित नव्हती, तर जीवनाच्या अन्य विविध अंगोपांगांनाही ती स्पर्श करीत होती हे स्पष्ट होते.

आर्यांमध्ये सुरुवातीला सामाजिक समता होती. पण पुढे जित, दास आणि आर्थिक रचनेच्या दृष्टीनेही प्रश्न निर्माण झाले. तेव्हा त्यांनी गुणकर्मानुसार चार वर्णात समाजाची विभागणी केली. त्यालाच चातुर्वर्ण्य पद्धती म्हणतात. १. ब्राह्मण- यांचे कार्य पौरोहित्य करणे, ज्ञानसाधना करणे, २. क्षत्रिय- राज्य करणे, संरक्षण करणे, ३. वेश्य- शेती, व्यापार, उद्योग करणे आणि ४. शूद्र - मजुरी आणि सेवा करणे. अशी ही चार वर्णांची कामे होती. आदिवासी जमातींना शूद्रात समाविष्ट केले, तर मेहेतर आदि सफाई करणाऱ्या वर्गाला चातुर्वर्ण्याच्या बाहेरच ठेवले.

या वर्णव्यवस्थेतूनच पुढे काही काळाने निरनिराळ्या जाती-पोटजाती निर्माण झाल्या. गुणकर्मानुसार बाजूला राहून जन्मानुसार वर्ण व जात ठरू लागली. समाजव्यवस्थेसाठी बनवलेली योजना सामाजिक-विषमता, वर्ण-अहंकार, जाती-दुराभिमान आणि मग त्यातूनच उच्चनीचत्वाची भावना, द्वेष-मत्सर इत्यादी निर्माण करणारी ठरली. अस्पृश्य मानल्या गेलेल्या जातींना पशूहूनही वाईट वागणूक मिळाली. मानवतेवरचे ते लांच्छन ठरले. आजच्या प्रगत समाजव्यवस्थेत जाती, वर्ण, अस्पृशता हे भेद निषिद्ध ठरलेले असून त्यामुळे निर्माण झालेली विषम समाजरचना बदलण्याचे प्रयत्न अलीकडे जोराने सुरू झालेले आहेत.

आर्यलोक मूळचे स्वभावाने भटक्या प्रवृत्तीचे होते. पशुपालन हा त्यांचा धंदा होता. पितृसत्ताक कुटुंबपद्धती होती, हिंदुस्थानात स्थायिक झाल्यावर त्यांनी शेती करायलाही सुरुवात केली. हळूहळू त्यांनी आपली ग्रामव्यवस्था अस्तित्वात आणली. ही गावे जवळ जवळ अगदी स्वतंत्र सत्ताधीश अशी असत आणि त्यांचा कारभार लोकनियुक्त पंचायतीमार्फत चाले. बरीचशी गावे किंवा छोटी छोटी शहरे एका राजाच्या किंवा प्रमुखाच्या सत्तेखाली एकत्र आलेली असत. हा राजा किंवा प्रमुख कधी कधी वंशपरंपरेने गादीवर येत असे. तर कोठे, कोठे त्याची निवडणूक होत असे. असे भिन्न ग्रामसंघ एकमेकांच्या सहकार्याने रस्ते, धर्मशाळा, शेतीसाठी कालवे- अशी सर्वांच्या उपयोगाची सार्वजनिक कामे करीत

असत. राजा हा जरी राज्यातील प्रमुख व्यक्ती म्हणून समजला जात असे, तरी त्याच्यावरही आर्यांचे कायदे आणि रूढी यांचे बंधन असे.

आर्यांच्या वसाहती, खेडी किंवा शहरे यांच्या रचनेतही एक आखणी आढळते. या आखणीत भूमितीचा पुष्कळच उपयोग केला जाई. वैदिक पूजेमध्येसुद्धा त्या काळी भूमितीतील आकृतीचा उपयोग करण्यात येत असे.

प्राचीन आर्यांचे खेडेगाव म्हणजे प्रारंभीच्या काळात एक प्रकारचा तटबंदी केलेला लष्करी तळच जणू असे; कारण त्या वेळी शत्रूचा हल्ला होण्याचे भय सततचे असे. परंतु पुढे शत्रूंच्या हल्ल्याचे भय नाहीसे झाले तरीसुद्धा गावाच्या रचनेचा नमुना जो पूर्वी होता तोच पुढे चालू राहिला. ही रचना चौकोनाच्या स्वरूपाची असे. चारी बाजूंना मोठाले तट असत आणि त्यामध्ये चार मोठ्या वेशी आणि चार लहान वेशी असत. या तटभिंतीच्या आत विशिष्ट क्रमाने रस्त्यांची व दारांची रचना असे. गावाच्या मध्यभागी पंचायत-घर असे. त्यामध्ये गावच्या वृद्ध लोकांच्या बैठकी होत असत. लहान गावात अशा पंचायत-घरा-ऐवजी एखादा मोठा वृक्ष असे. त्याभोवती पार बांधलेला असे. या पारावरच झाडाखाली दरवर्षी गावातील नागरिकांनी जमायचे आणि आपली पंचायत निवडायची, अशी पद्धती होती. पंचायतीची हुकमत गावावर चाले. गावातले खटले-खोकले पंचायतीपुढे येत असत. पंच न्याय करीत असत. पंच-परमेश्वरावर गावाची श्रद्धा असे.

विद्येची जोपासना आस्थेने केली जाई. विद्यार्जन केलेले लोक शहरांच्या किंवा खेड्यांच्या आसपासच्या जंगलात जाऊन एकांतवासात राहात असत. तेथे अत्यंत साधेपणाने जीवन घालवून शांतपणाने अध्ययन-अध्यापन करीत असत. ऋषींचे आश्रम ही विद्येची गुरुकुलेच होती. पुढे मोठमोठी शहरे उदयास आली. व्यापार वाढला आणि कारागिरांच्या कलाकौशल्याला भरभराटीचे दिवस आले. शहरे ही व्यापाराची मोठमोठी केंद्रस्थाने बनली. जंगलातले पूर्वीचे आश्रम, जेथे ब्राह्मण गुरू व त्यांचे शिष्य राहत असत, त्यांचेही रूपांतर मोठमोठ्या विद्यापीठात झाले. या विद्यापीठातून त्या काळी ज्ञात असलेल्या प्रत्येक विषयाचे शिक्षण मिळण्याची व्यवस्था असे. हे ब्राह्मण गुरू-आचार्य-युद्धशास्त्राचेसुद्धा शिक्षण देत असत. कौरव-पांडवांचे महान गुरू द्रोणाचार्य, कर्णाने अस्त्रविद्या मिळविली तो परशुराम- हे ब्राह्मणच होते.

आर्यभूमीला आर्याबद्दल अभिमान वाटणे स्वाभाविक आहे. एक कवी म्हणतो-

हम आर्य है, हमारा
  इतिहास है पुराना ।
है सूर्यध्वज हमारा,
  किरणें असंख्य नाना ॥
प्रात:स्तवनमें हमने
  विज्ञान-वेद पाया ।
जिसकी विभा-प्रभासे
  संसार जगमगाया ॥
शोभा है विश्वकी हम,
  हम देवके दुलारे ।
वसु है वसुंधराके,
  हम हैं गगनके तारे ॥
संसारको हमारा
  गौरव गुमान भाया ।
सद्धर्म सभ्यताका
  हमसे विधान पाया ॥
अपने अतीतको अब
  हम वर्तमान कर दें ।
हम फिर दयासे जगमें
  आनन्द-ज्ञान भर दें ॥

## भारताची महाकाव्ये

वैदिक साहित्याच्या खालोखाल पौराणिक साहित्याचे स्थान आहे. पुराणातून एक नवीन कालखंड दृष्टोत्पत्तीस येतो. पौराणिक ग्रंथामध्येच भारताची दोन महाकाव्ये येतात- 'रामायण' आणि 'महाभारत.' हे दोन ग्रंथ म्हणजे भारताचे सांस्कृतिक भूषण होय. ह्या काव्यग्रंथांना धर्मग्रंथांचा आदर व स्थान भारतीय जनमानसात लाभलेले आहे. भारताचे ऐक्य निर्माण करण्यात आणि आज अडीच तीन हजार वर्षे ते टिकवून दृढ करण्यात रामायण-महाभारताची कामगिरी मोठी आहे. दोन्हीही महाकाव्यांची मूळ रचना संस्कृत भाषेत आहे. पण त्यांचे अनुवाद सर्व देशी-विदेशी भाषेत झालेले आहेत. त्यावर आधारित स्वतंत्र रचनाही अनेक भाषांमधून झालेली आहे.

'रामायण' ही महर्षी वाल्मिकी ऋषींची निर्मिती आहे. वाल्मिकी पूर्ववयात

वाल्या कोळी म्हणून एक वाटमारू, लुटारू होते. जंगलाच्या आडोशाने राहायचे आणि वाटेने जाणाऱ्या वाटसरूला लुबाडायचे. प्रसंगी ठार मारायचे. त्याच्या जवळची चीजवस्तू, पैसाआडका घ्यायचा आणि प्रपंच चालवायचा. एकदा महर्षी नारदमुनी वाटेने चालले होते. वाल्याने त्यांनाही अडवले. नारदांनी त्याची चौकशी केली तेव्हा वाल्याने या धंद्यात बरेच पाप केले आहे असे आढळले. मानवहत्या तर पुष्कळच घडली होती. एक माणूस मारला म्हणजे वाल्या एक खडा रांजणात टाकायचा, असे खड्यांनी सात रांजण भरले होते. नारदांनी विचारले, ''हे कशासाठी करतोस?'' ''बायको-मुलांचे पोट भरण्यासाठी.'' वाल्याने उत्तर दिले. नारद हसून म्हणाले, ''तुझ्या कमाईवर तुझ्या घरची माणसं जगतात हे ठीक, पण तुझ्या पापाचे वाटेकरी ते होतील का? विचारून ये.'' वाल्या घरी गेला. त्याने विचारले. पण त्याचे पाप घ्यायला कोणीही तयार होईना. तेव्हा वाल्याला पश्चात्ताप झाला. नारदांनी त्याला उपदेश दिला. रामनामाचा जप करायला सांगितले. जप-तपाने वाल्याचा वाल्मिकी ऋषी झाला. तमसेच्या तीरावर आश्रम थाटला.

वाल्मिकी ऋषी एकदा वनातून चालले असताना त्यांना एक करुण दृश्य दिसले. क्रौंचपक्ष्याचे एक जोडपे एका झाडाच्या फांदीवर बसले असता एका शिकारी निषादाच्या बाणाने जोडप्यातला नर घायाळ होऊन खाली कोसळला! हे दृश्य पाहताच वाल्मिकीच्या मुखातून अकस्मात शापवाणी उमटली.

**'मा निषाद प्रतिष्ठां त्वमगमः शाश्वतीः समाः ।**
**यत्क्रौञ्चमिथुनादेकमवधीः काममोहितम् ।।''**

या छंदोबद्ध वाणीचा अनुष्टुप् वृत्तबद्ध श्लोक बनला, याचे वाल्मिकीला नवल वाटले. पण निषादाला शाप दिला याचेही वाईट वाटू लागले. त्या वेळी ब्रह्मदेव प्रकट होऊन 'तू म्हटलेला श्लोक यशोरूपच होईल,' असे म्हणाले. त्यांनीच वाल्मिकीला रामकथा लिहिण्याची स्फूर्ती दिली. वाल्मिकीने चाळीस सहस्र श्लोकांचे 'रामायण' लिहिले.

रामायणात रामचरित गायलेले आहे. प्रभू रामचंद्र हा विष्णूचा एक अवतार मानला जातो. विष्णूने दुष्टांच्या संहाराकरता आणि सद्धर्माच्या प्रस्थापनेकरता वेळोवेळी दहा अवतार घेतले. मत्स्य, कूर्म, वराह, नरसिंह, वामन, परशुराम, राम, कृष्ण आणि बौद्ध कल्की, असे विष्णूचे दशावतार आहेत. रघुवंशातील दशरथ राजाला पुत्रकामेष्टी यज्ञ केल्यानंतर चार पुत्र झाले. कौसल्येच्या पोटी राम, सुमित्रेला लक्ष्मण आणि कैकेयीला भरत व शत्रुघ्न. राम हा ज्येष्ठ पुत्र होता.

**राम-लक्ष्मण-सीता**

वसिष्ठ ऋषींजवळ विद्या संपादन केल्यावर विश्वमित्राने राम-लक्ष्मणाला राक्षसांच्या त्रासापासून वाचवण्यासाठी वनात नेले. जनककन्या सीतेशी रामाचा विवाह झाला. कैकयीच्या सवतीमत्सरामुळे रामाला चौदा वर्षे वनवास घडला. वनवासात रावणाने सीतेचे हरण केले. त्यामुळे रामाने त्याच्याशी युद्ध करून रावणाला लंकेत ठार मारले. नंतर अयोध्येस परतल्यावर राज्याभिषेक झाला व रामराज्यास सुरुवात झाली. अशी ही थोडक्यात कथा आहे. रामराज्य म्हणजे न्यायाचे, नीतीचे आदर्श राज्य! राम म्हणजे पितृभक्ती, बंधुप्रेम, शौर्य याचे प्रतीक! एकपत्नी, एकवचनी व एकबाणी असे रामचंद्राचे वर्णन केलेले आहे. एखाद्या सामान्य माणसाच्या जीवनात जसे सुखदुःखाचे प्रसंग येतात तसेच रामचंद्राच्या जीवनातही आढळतात. रामकथेत आकर्षक असे जीवननाट्य आहे. त्यामुळे रामकथा सर्वांना आवडते. आपली वाटते. हिंदू माणसाच्या जीवनात रामनामाला अनन्यसाधारण असे महत्त्व आहे. तो रामनाम जपतो, कोणी कोणाला भेटला तर 'राम राम' म्हणतो, सकाळला 'राम-प्रहार' म्हणतो, सगळ्या कामाधामात नव्हे तर जीवनातच 'राम' शोधतो. अंतिम क्षणी 'राम' शब्द मुखी यावेत अशीच

इच्छा बाळगतो. अशा प्रकारे त्याच्या चित्तावर रामाचीच अधिसत्ता गाजत आहे.

**महाभारत**

महाभारताची रचना भगवान व्यासांनी केली आहे. पृथ्वीच्या पाठीवर महाभारताएवढे मोठे, उत्कृष्ट आणि सर्वस्पर्शी असे भव्य महाकाव्य दुसरे नाही. यात व्यासांनी हाताळला नाही असा एकही विषय राहिलेला नाही. म्हणून 'व्यासोच्छिष्टं जगत् सर्वम' सर्व जग हे व्यासांचे उच्छिष्ट आहे असे मानले जाते आणि यात अतिशयोक्तीही नाही. धर्म, राजकारण, इतिहास, विज्ञान, तत्त्वज्ञान, समाजशास्त्र आदी विविध विषयांचे विवेचन तर यात आहेच, पण मानवी स्वभावांचे भिन्न भिन्न नमुने सूक्ष्मातिसूक्ष्म छटेसह व्यासांनी शब्दबद्ध केलेले आहेत. मूळ संस्कृत भाषेतील या रचनेत १,२०,००० श्लोक आहेत. कौरव-पांडवांच्या या मुख्य कथेत किती तरी उपकथा व आख्याने आहेत आणि सर्वांची रचना चपखलपणे, कलात्मक रीतीने केलेली आहे.

महाभारताचे कवी भगवान व्यास यांचा जन्म गंगानदीच्या एका बेटावर झाला होता. त्यांचा वर्ण सावळा होता. त्यामुळे त्यांना 'कृष्णद्वैपायन' असेही नाव होते. व्यासांच्या वडिलांचे नाव महर्षी पराशर आणि आईचे नाव सत्यवती होते. महर्षी पराशर ऋषी हे महान विद्वान आणि तपस्वी होते. व्यासांची बुद्धिमत्ता तीव्र होती. हिमालयाच्या आसमंतात अनेक ऋषीमुनींच्या आश्रमात जाऊन त्यांनी ज्ञानसाधना केली. त्या काळी वैदिक साहित्य इतस्तत: विखुरलेल्या स्वरूपात होते. काही ऋचा एका ऋषीजवळ होत्या. तर काही ऋचा दुसऱ्या ऋषीजवळ होत्या. त्यांचा एकत्र संग्रह झालेला नव्हता. व्यासांना त्यांच्या ज्ञानसाधनेत ही मोठी अडचण भासली आणि अशाच स्वरूपात जर हे ज्ञान विखुरलेले राहिले तर हळूहळू सारे वैदिक साहित्य लुप्त होऊन जाईल असे भयही वाटले. म्हणून त्यांनी हिमालयापासून ते कन्याकुमारीपर्यंत भारतभ्रमण केले. निरनिराळ्या मंत्रद्रष्ट्या ऋषीमुनींच्याकडून ऋचा जमवल्या. वाद-संवाद केले. एक-दोनदा नव्हे तर वेदऋचांचे संकलन करण्यासाठी त्यांनी अठ्ठावीस वेळा भारतभ्रमण केले. वेदाला एकजिनसी स्वरूप दिले. या त्यांच्या कामगिरीमुळेच त्यांना 'वेदव्यास' असेही म्हटले जाऊ लागले.

या महान कामगिरीनंतर त्यांनी 'महाभारत' लिहिण्यास प्रारंभ केला. व्यासांनी सांगितले आणि साक्षात गणपतीने लेखक बनून ते लिहून घेतले अशी आख्यायिकाही उपलब्ध आहे.

महाभारतात कौरव-पांडवांची संघर्षकथा आहे. शंभर कौरव हे असत्य, दुष्टपणा, क्रौर्य अशा अनेक दुर्गुणांचे प्रतीकरूप आहेत. तर पाच पांडव हे सत्य, न्याय, नीती, धर्म, दया, करुणा आदी सद्‍गुणांचे प्रतीकरूप आहेत. सत्य-असत्य, भलाई-बुराई यांच्यातील झगड्यात अंती सत्याचाच विजय होतो. सत्याच्याच बाजूला श्रीकृष्णाच्या रूपाने परमेश्वरी शक्ती उभी राहते, असे प्रतिपादन यात आहे. 'भगवद्‍गीता' हा हिंदूंचा धर्मग्रंथच मानण्यात येतो. गीतेची शिकवण शतकानुशतके भारतीय मनाला मंत्रमुग्ध करीत आलेली आहे.

'भगवद्‍गीता' हे महाभारतातील एक प्रकरण आहे. पांडवांना न्याय नाकारला गेला तेव्हा सर्व तऱ्हेचे प्रयत्न करूनही युद्ध अटळ झाले. भगवान श्रीकृष्णांनीही सत्पक्षाची शिष्टाई केली. पांडवांकरता पाच गावे मागितली.

पण पांडवांना पाच गावेच काय, परत 'सईच्या अग्रावर राहील एवढी मातीही आम्ही देणार नाही'- असे उद्दाम उद्‍गार कौरवेश्वर दुर्योधनाने काढले. न्यायासाठी युद्ध करणे भाग पडले. श्रीकृष्ण पांडवांच्या बाजूने उभे राहिले. अर्जुनाचे सारथ्य त्यांनी पत्करले. कुरुक्षेत्रावर कौरवांची आणि पांडवांची अफाट सेना जमली. मोठमोठे योद्धे, रथ, हत्ती, अश्व-चतुरंग सेना होती. अर्जुनाच्या विनंतीवरून श्रीकृष्णांनी त्याचा रथ कौरव-आघाडीला नेला. आपल्याला कोणाशी

**कुरुक्षेत्रावर धनुर्धारी अर्जुन**

युद्ध करायचे आहे ह्या जिज्ञासेने अर्जुनाने प्रतिपक्षावर नजर टाकली तेव्हा भीष्म, द्रोण, कृप, विराट अशी मोठमोठी विद्वान, सज्जन, गुरू, आप्त, पूज्य माणसे त्याच्या दृष्टीस पडली आणि अर्जुनाला मोहाने ग्रासले. अशा थोरांशी युद्ध करून काय मिळवायचे आहे? कशासाठी हा संहार करायचा? यातून उत्पन्न होणारे दुष्परिणाम किती भयंकर आहेत!- अशा तऱ्हेचे विचार, शंका, भ्रम अर्जुनाच्या डोक्यात गरगरू लागले. द्विधा मन:स्थिती झाली. त्याच्या हातापायातील अवसान गळाले. तो आपले गांडीव धनुष्य टाकून रणांगण सोडण्याची भाषा बोलू लागला. त्या वेळी त्याची अशी झालेली दयनीय दशा पाहून श्रीकृष्णांनी त्याला जो उपदेश केला, तोच भगवद्‌गीतेत आहे. अशा गीतेचा जन्म रणांगणात झालेला आहे. श्रीकृष्णांनी अर्जुनाला जो उपदेश केला तो शाश्वत स्वरूपाचा आहे. अर्जुन केवळ निमित्तमात्र झाला आहे. सगळ्याच प्राणिमात्रांना कर्तव्याची जाणीव देणारी गीता त्यामुळेच वंदनीय ठरलेली आहे. अनेक श्रेष्ठ पुरुषांना गीतेने जीवनाचे पाथेय पुरवले आहे. शंकराचार्यांनी गीतेवर भाष्य लिहिले. ज्ञानेश्वरांनी त्या भाष्याचा मागोवा घेतधेत 'ज्ञानेश्वरी'ची रचना केली. संस्कृतामधले महान ज्ञानभांडार मराठीत आणले. सामान्यजनांसाठी मोकळे केले. लोकमान्य टिळकांनी अंदमानला कारावासात 'गीतरहस्य' हा ग्रंथ लिहिला. गांधीजी गीतेला माता म्हणत असत. विनोबाजी म्हणतात,

**गीताई माउली माझी**
**तिचा मी बाळ नेणता ।**
**पडता रडता घेई**
**उचलूनि कडेवरी ।।**

आपल्या आईच्या निमित्ताने विनोबांनी गीतेचे 'गीताई' नावाने सोप्या, सुलभ मराठीत भाषांतर केले. त्यांची 'गीता-प्रवचने' खूपच लोकप्रिय झाली. गीतेने अनेकांना अनेक प्रसंगी धैर्य, विवेक, शांती, समाधान, कर्तव्य-विचार आदी धन पुरवलेले आहे. मार्गदर्शन केलेले आहे. कर्तव्याची महती गाणारी व भान देणारी गीतेची शिकवण अमर आहे. 'गीताई'मधील ही काही वचने :

कर्मांत चि तुझा भाग तो फळात नसो कधी ।
नको कर्म-फळी हेतु अकर्मी वासना नको ।
फळ लाभो न लाभो तूं नि:संग सम होउनी ।

योग-युक्त करीं कर्में योग-सार समत्व चि ॥

रामायण-महाभारत या महाकाव्याच्या व्यतिरिक्त अठरा पुराणे आहेत. सहा शास्त्रे आहेत. चौसष्ट कला आहेत. आश्चर्य, अभिमान व कौतुक असे की, उष:कालीच भारत असा विचार-संपन्न बनलेला होता.

★★★

# ४. साक्षी इतिहास

गौतम बुद्ध

वेद आणि पुराणकालानंतर बौद्धकालाची प्रभात झाली. इसवी सनापूर्वी सहाशे वर्षापूर्वीचा हा कालखंड आहे.

शाक्य वंशांतील राजा शुद्धोदन व राणी मायावती यांच्या उदरी सिद्धार्थाचा जन्म झाला. कपिलवस्तू ही शुद्धोदनराजाची नगरी होती. सिद्धार्थाच्या जन्मानंतर राजज्योतिषांनी भविष्य वर्तवले होते की, 'हा मुलगा सुलक्षणी असून मोठेपणी हा महापराक्रमी चक्रवर्ती सम्राट तरी बनेल, नाही तर अखिल मानवजातीला आत्मोद्धाराचा नवा मार्ग दाखवणारा बुद्ध तरी होईल.

भविष्यवाणी ऐकल्यापासून राजा बाळ सिद्धार्थाला फार फार जपू लागला. जगातले दुःख, दारिद्र्य त्याच्या दृष्टीस पडू नये यांची त्याने काळजी घेतली. सर्व सुखाच्या राशी त्याच्याभोवती निर्माण केल्या, पण एके दिवशी छंदक सारथ्याला घेऊन नगरदर्शनाच्या इच्छेने तो बाहेर पडला. राजनगरीतून रथ जात असताना वृद्ध, रोगी आणि प्रेत त्याच्या दृष्टीस पडले. सिद्धार्थ चरकला! जीवनाच्या कुरूप बाजूचे दर्शन त्याला घडले आणि तो अंतर्मुख बनला. जीवनाच्या शाश्वत सुखाचा मार्ग शोधण्यासाठी तो सर्व सुखांचा त्याग करून रानावनात गेला. घोर तप केले. पण शरीरक्लेशांनी काही साध्य होत नाही हे त्याला कळून चुकले. परंतु एके दिवशी बोधी वृक्षाखाली बसला

असतानाच त्याला ज्ञानप्राप्ती झाली. जीवनाच्या शांतीचा, सुखाचा शाश्वत मार्ग सापडला. सिद्धार्थ ज्ञानी झाला. बद्ध झाला.

आपल्या विचारांचा प्रचार करीत त्याने पंचेचाळीस वर्षे भ्रमण केले. संघाची स्थापना केली. अनेकांना दीक्षा देऊन भिक्षू बनवले. नव्या धर्माची प्रस्थापना केली. 'बहुजनांच्या हितासाठी दाही दिशांना जा आणि धर्म प्रचार करा' असा भिक्षूंना आदेश दिला.

'उच्च-नीच भेदभाव पाळू नका, अंधविश्वास ठेवू नका, पराकाष्ठेचे तप किंवा भोग भोगू नका, कर्मकांडात गुंतू नका' असा उपदेश बुद्धाने केला.

जीवन दुःखमय आहे आणि त्याचे कारण तृष्णा हेच आहे असे सांगून बुद्धाने त्याच्या निवारणार्थ 'आर्य अष्टांग मार्ग' सांगितला. अहिंसा, अचौर्य, सत्य, ब्रह्मचर्य आणि मादक पदार्थांचा त्याग असे वागणुकीचे नीतीनियमही त्याने सांगितले. त्याला 'पंचशील' म्हणतात.

हिंदुधर्मातील 'कर्म' आणि 'पुनर्जन्मा'चा सिद्धान्त बुद्धांनीही स्वीकारला. कर्मसिद्धान्तानुसार या जन्मात पूर्व जन्मातील कर्माप्रमाणे फळ मिळते अशी कल्पना आहे. पूर्व जन्मात सत्कृत्य केले असेल तर या जन्मात सुख मिळते आणि दुष्कृत्य केले असेल तर दुःख भोगावे लागते. या जन्मजन्मान्तराच्या फेऱ्यातून मुक्ती मिळवणे हेच सर्वात श्रेयस्कर आहे असा भगवान बुद्धांचा विश्वास होता.

भगवान बुद्धांची शिकवण अनेक लोकांना आवडली आणि ते बौद्धधर्मी झाले. बौद्धधर्माला राजाश्रयही मिळाला. त्यामुळे तो भारतात सर्व ठिकाणी आणि आशियातील काही अन्य देशातही पसरला. चीन, ब्रह्मदेश, सिलोन आदी राष्ट्रात बौद्ध धर्माने चांगलेच मूळ धरले.

बौद्ध धर्माच्या आकर्षणाने किती तरी परकीय धर्मजिज्ञासू बुद्धभूमी भारतात आले.

तेराशे वर्षांपूर्वी ह्युएन चँग नावाचा चिनी प्रवासी अशाच उद्देशाने भारतात आला होता. प्रवासामध्ये त्याला उत्तरेकडचे पर्वत आणि वैराण प्रदेश ओलांडावे लागले होते. कित्येक संकटांना तोंड द्यावे लागले. नरमांसभक्षकांच्या रानटी टोळ्यांशी गाठ पडली. पण अगणित अडीअडचणी सोसून, भोगून तो महान प्रवासी ज्ञानलालसेने येथे आला. त्याची ज्ञानाची तहान एवढी मोठी की, त्याने संकटाची पर्वा केली नाही, अडथळ्यांना जुमानले नाही.

भारतात ह्युएन चँग पुष्कळ ठिकाणी हिंडला. बराच काळ राहिला. त्याने

नाना तऱ्हेचे लोकसमुदाय पाहिले, नाना स्थळे, शहरे, गावे यांना भेटी दिल्या. त्या काळी पाटलीपुत्र म्हणून प्रसिद्ध असलेले आजचे पाटणा शहर होय. या शहराशेजारी त्या काळी 'नालंदा' नामक महान विद्यापीठ होते. येथे ह्युएन चँगने बराच काळ घालवला. पुष्कळ विद्या संपादन केली. 'आचार्य' पदवी मिळवली. बुद्धधर्म शास्त्रात तो पारंगत झाला. चीनला परतल्यावर त्याने आपल्या प्रवासावर एक ग्रंथ लिहिला. त्यावरून तत्कालीन भारताची सामाजिक, राजकीय, धार्मिक, सांस्कृतिक आदी विविध क्षेत्रात कसकशी स्थिती होती याची कल्पना येते. येथल्या ज्ञानविज्ञानाबद्दल त्याने लिहिलेच आहे, पण एका ज्ञानी माणसाची गमतीदार गोष्टही लिहिली आहे.

बिहारमध्ये हल्ली भागलपूर म्हणून शहर आहे. या शहराच्या आसपास त्या काळी कोठे तरी कर्णसुवर्ण नावाची नगरी होती. त्या नगरीत दक्षिण हिंदुस्थानातून कोणी एक मनुष्य आला होता. या मनुष्याने आपल्या पोटाभोवती तांब्याचे पत्रे बांधलेले होते आणि त्याच्या डोक्यावर एक पेटती मशाल ढणढण जळत होती. हातात एक सोटा घेऊन मोठ्या अक्कडबाजपणाने आणि ऐटीत लांब लांब ढेंगा टाकीत या अशा विचित्र वेशात तो सगळीकडे उन्मत्तपणे संचार करीत असे आणि कोणी जर त्याला या असल्या चमत्कारिक पेहरावाचे कारण विचारले तर तो म्हणे, "माझ्या ठिकाणचे शहाणपण इतके प्रचंड आहे की, जर पोटाभोवती पत्र्याचे आवरण घातले नाही तर ते शहाणपण पोटात सामावून ठेवणे पोटाला शक्य होणार नाही, तर पोट फुटून ते शहाणपण बाहेर पडेल. अशी मला भीती वाटते आणि माझ्या आजूबाजूस राहणारे लोक इतके अज्ञानांधकारात राहात आहेत, की त्यांच्या अज्ञानाची कीव येऊन त्यांना प्रकाश देण्यासाठी मी मस्तकावर मशाल धारण करून हिंडतो."

या गोष्टीतला विक्षिप्तपणा सोडला तरी या देशात ज्ञानाचा अभिमान बाळगणारे लोक त्या वेळी होते, हे दिसते.

**वर्धमान महावीर**

बुद्धाच्या समकालीन जैन-धर्म-संस्थापक महावीर होऊन गेला. जैनांचा हा २४ वा अंतिम तीर्थंकर होय.

सुमारे अडीच हजार वर्षे झाली. बिहार प्रांतात विदेह नावाचे राज्य होते. वैशाली ही त्याची राजधानी. वैशालीचे एक उपनगर कुण्डपूर म्हणून होते. या कुण्डपूर गणराज्याचा राजा होता सिद्धार्थ नावाचा आणि राणी होती त्रिशलादेवी. इसवी सनाच्या ५९९ वर्षे आधी चैत्र शुद्ध १३ रोजी त्रिशला राणीच्या पोटी

**महावीर**

वर्धमानाचा जन्म झाला.

वर्धमान तीव्र बुद्धीचा आणि निर्भय वृत्तीचा होता. एकदा त्याने एका विषारी नागाला पकडले आणि एकदा माजलेल्या हत्तीला वठणीला आणले. त्याची अशी बालवयातली धाडसाची कृत्ये पाहून त्याला सर्वजण महावीर म्हणू लागले.

तरुणपणी त्यानं विवाहाला नकार दिला. तो म्हणाला, “आई, कशाला या मोहात पाडतेस? जगात काय चाललंय, पाहतेस ना! लोक अधर्मान वागताहेत, मायेच्या पाशात गुंतल्यामुळे दुःखात-कष्टात जगताहेत. लोककल्याणासाठी सद्‌धर्माचा प्रचार करण्याची आज खरी गरज आहे?”

महावीरांचे मन ऐश्वर्य सुखात रमणारे नव्हते. ते सर्वत्र हिंडले-फिरले. उघड्या डोळ्यांनी समाजस्थिती पाहिली. त्या वेळी समाज वाईट स्थितीत होता. धर्माच्या नावावर गरीबांवर, दुर्बलांवर, धर्ममार्तंड म्हणवणारे अन्याय, अत्याचार करत होते. यज्ञयागाला कर्मकांडाचे जडस्वरूप प्राप्त झाले होते. मुक्या जनावरांना देवाच्या नावाने बळी दिले जात होते. खऱ्या धर्माचा लोप झाला होता आणि अंधश्रद्धा, दुष्ट रूढी, सर्वत्र बोकाळल्या होत्या. स्त्री आणि शूद्र यांना पशूंहून वाईट वागणूक दिली जात होती. हे सर्व पाहून महावीरांना मनस्वी दुःख झाले. ते अस्वस्थ बनले. यातून मार्ग काय, याचे चिंतन करू लागले. विचार करता करता त्यांच्या लक्षात आले की, समाज सुखी आणि शांतीपूर्ण करण्याआधी स्वत:चे आत्मिक बळ प्रकट करायला हवे. आत्म्याची शक्ती वाढवायला हवी. त्यासाठी तप:साधना केली पाहिजे. सुखोपभोगाचा त्याग केला पाहिजे.

महावीरांनी राजवस्त्रे, अलंकार उतरले, डोईवरचे केस काढले. श्रमणत्व पत्करले. संन्यासी बनले. बारा वर्षे वनात कठोर तप:साधना केली.

बारा वर्षांच्या घोर तपश्चर्येनंतर ऋजुवालिका नदीच्या काठी ध्यानावस्थेत

बसले असतानाच त्यांना ज्ञानप्राप्ती झाली. नंतर ते सद्धर्माच्या प्रचाराला निघाले.

अहिंसा, संयम आणि तप हा सर्वश्रेष्ठ धर्म आहे. ज्या मनुष्याचे मन या धर्मात सदैव मग्न असते त्याला देवसुद्धा नमस्कार करतात असे ते म्हणत असत. अहिंसापालनावर त्यांचा विशेष भर होता. सर्वांना जगावेसे वाटते, सर्वानांच आपला जीव प्यारा आहे. म्हणून माणसाचीच केवळ नव्हे तर पशू, पक्षी, कृमी, कीटक, यांची सुद्धा हिंसा करू नका हे त्यांचे सांगणे होते. 'जगा आणि जगू द्या' हा त्यांचा संदेश होता.

गरीब,श्रीमंत, शूद्र, क्षत्रिय, वैश्य, आणि ब्राह्मण सगळे समान आहेत, सर्वात एकच आत्मा वसतो आहे. असे महावीरांचा जैन धर्म सांगतो. त्यांनी स्त्री आणि पुरुष या दोघांचाही दर्जा समान मानला आहे.

जैन मताचाही बराच प्रचार या देशात झाला. बौद्ध आणि जैन धर्मांनी हिंदुधर्मातील परंपरागत जातिभेद, कर्मकांड, विषमता यावर प्रहार केले. त्यानंतर हिंदूधर्मानेही सहिष्णुतापूर्वक या मतांचा आदर केला. स्वीकार केला. अंहिसेवर भर दिला.

कर्मकांडामध्ये पुष्कळशा सुधारणा केल्या. यामुळे पुनश्च बौद्ध आणि जैनधर्माचा प्रभाव कमी झाला. आणि हिंदूधर्म वर्धिष्णू राहिला. परंतु या भूमीत या तीनही धर्मांचे संबंध चांगले राहिले. तीनही धर्म सहकार्याने नांदले.

**सिकंदराची स्वारी**

इसवी सनापूर्वी चारशे वर्षे तत्कालीन मगध देशात-म्हणजे आजच्या बिहार प्रदेशात एका मोठ्या शक्तिशाली साम्राज्याचा उदय झाला. याच सुमारास ग्रीक देशाचा महापराक्रमी जगज्जेता सम्राट सिकंदर याने भारताच्या वायव्य भागावर आक्रमण केले. याला 'अॅलेक्झांडर दि ग्रेट ' म्हणत असत. वाटेत लहान लहान राजांनी सिंकदराच्या सामर्थ्यापुढे भराभर शरणागती पत्करली. परंतु पंजाबमधील एका पुरू नावाच्या राजाने त्याला विरोध केला. ग्रीक इतिहासात त्याला पोरस म्हटले जात आहे. पुरु राजा शरीरावर नऊ घाव झेलून मोठ्या मोठ्या शौर्याने सिकंदराशी लढला. आणि शेवटी सिकंदराने घायाळ अवस्थेत त्याला बंदी बनवले. पुरू राजाचा हा पराक्रम पाहून सिकंदर दक्षिणेत गंगेकडे जाण्याचा विचारात होता, पण पुढे जाण्यास त्याच्या सैनिकांनीच नकार दिल्याने त्याला परतावे लागले. परतीच्या प्रवासात ख्रिस्तपूर्व ३२३ या वर्षी बॅबिलोन येथे सिकंदराचा मृत्यू झाला.

सामर्थ्याच्या दराऱ्यावर देशामागून देश पादाक्रांत करीत जाणाऱ्या सिकंदराला

भारताच्या सरहद्दीवरच्या एका लहान राजाने हटकले. आणि विरोध केला ही गोष्ट भारताची अस्मिता दाखवणारी आहे! सिकंदराच्या मृत्यूनंतर ग्रीकच्या साम्राज्य सत्तेशी भारताचा जरी काही संबंध उरला नाही, तरी या आक्रमाणाच्या निमित्तानेच भारत आणि ग्रीक या दोन संस्कृतींची जवळीक घडली. या दोन देशात व्यापार सुरू झाला. भारताच्या मूर्तीकलेवर ग्रीक शैलीचा प्रभाव पडला आणि त्यातून 'गांधार शैली' चा जन्म झाला. नाणी पाडण्याची कलाही विकसित झाली. ग्रीकांमार्फत भारतीय धर्म आणि तत्त्वज्ञान युरोपमध्ये पोहोचले.

**पहिले साम्राज्य**

सिकंदराच्या स्वारीच्या वेळी मगधावर नंद वंशाचे राज्य होते. महापद्मनंद हे त्या वेळच्या राजाचे नाव. या राज्याच्या पदरी चंद्रगुप्त मौर्य नावाचा सेनापती होता. हा चंद्रगुप्त अत्यंत शूर व कुशाग्र बुद्धीचा होता. त्याने नंदाचे राज्य घेण्याचा प्रयत्न केला. पण तो फसला आणि त्याला नंदराजाने हद्दपार केले. चंद्रगुप्त पश्चिमेकडे गेला. त्याचवेळी पाटलीपुत्र नगरीत एक महापंडित राहात होता. तैलबुद्धीच्या या विद्वानाचे नाव होते चाणक्य! नंदराजाने या चाणक्याचाही कधी एकदा अपमान केला होता. त्या अपमानाचा बदला घेतल्याशिवाय शेंडीला गाठ देणार नाही अशी प्रतिज्ञा करून चाणक्य संधीची वाट पाहात होता. चंद्रगुप्ताच्या हद्दपारीने त्याला ही संधी मिळाली. चंद्रगुप्ताला चाणक्याने हाताशी धरले. सेना जमवली.

सिकंदराचा मृत्यू होताच चंद्रगुप्ताने त्याच्या अंमलाखालील प्रदेश चाणक्याच्या सल्ल्याने काबीज केला. जवळ जवळ सगळा पंजाब चंद्रगुप्ताच्या अंमलाखाली आला. परकीय सत्तेचे निशाण धुळीस मिळवले.

नंतर बरीच मोठी सेना घेऊन चंद्रगुप्ताने मगधावर स्वारी केली. नंदराजाचा पराभव करून त्याची राजगादी व राज्य जिंकले. अशा प्रकारे चाणक्याने नंदवंशाचा नायनाट करून आपली प्रतिज्ञा पुरी केली.

चंद्रगुप्ताने जिंकलेला प्रदेश पुनश्च जिंकून घेण्याचा प्रयत्न सिकंदराचा एक सेनापती सेक्यूलस याने केला तेव्हा चंद्रगुप्ताने त्याचाही मोठा पराभव केला. भारतामधील नव्हे तर अफगाणिस्तानातील त्यांच्या वर्चस्वाखालील चार प्रांतही चंद्रगुप्ताने जिंकून घेतले. सेक्युकसने आपल्या मुलीचा चंद्रगुप्ताशी विवाह लावून दिला.

चंद्रगुप्ताने हळूहळू आणखीही अनेक राज्ये जिंकून घेतली. दक्षिणेकडील काही प्रदेश वगळता बाकीचा सारा भारत चंद्रगुप्त मौर्याच्या एकछत्री सत्तेखाली

आला होता. भारतातील शक्तिशाली असे हे पहिलेच मोठे साम्राज्य होय.

या साम्राज्याचा सम्राट चंद्रगुप्त होता. परंतु प्रेरणा, बुद्धी आणि मार्गदर्शन होते चाणक्याचे. चंद्रगुप्त चाणक्याला गुरुस्थानीच मानत असे. चाणक्याने लिहलेले कौटिलीय अर्थशास्त्र प्रसिद्ध आहे. या ग्रंथात राज्यशास्त्रासंबंधी पूर्ण माहिती दिलेली आहे. युद्ध, हेरखाते, कायदे, करव्यवस्था, न्याय, अंमलबजावणी, कृषी, उद्योग, व्यापार आदी अनेक विषयांचा त्याने ऊहापोह केला आहे. सेक्युकसचा ग्रीक राजदूत मेगॅस्थेनीस हा चंद्रगुप्ताच्या दरबारी पाटलीपुत्रनगरीत राहात होता. त्याने लिहिलेल्या 'इंडिया' नामक ग्रंथात तो लिहितो.

'चंद्रगुप्ताची सेना अफाट होती. पायदळ, अश्वदळ, गजदळ, रथदळ, व नौदल, अशी तिची विभागणी केलेली होती. मौर्य साम्राज्यांतील शहरांची व्यवस्था पाहण्यासाठी सहा प्रकारच्या सभांची योजना होती. साम्राज्य अनेक प्रांतात विभागले होते व त्या त्या प्रांतावर सम्राट चंद्रगुप्ताचा मोठा अधिकारी (गव्हर्नर) अमंल चालवीत असे'

**देवानाम प्रिय अशोक**

चंद्रगुप्ताच्या माघारी त्याचा मुलगा गादीवर आला. पंचवीस वर्षे त्याने राज्य केले. त्याच्या पश्चात खिस्तपूर्व २६८ या वर्षी त्याचा मुलगा म्हणजे चंद्रगुप्ताचा नातू राजा अशोक गादीवर आला. तो सत्तेवर आला. त्या वेळीही त्याचे साम्राज्य मोठे प्रचंड होते. सारा उत्तर व मध्य भारत व्यापून ते थेट मध्य आशियापर्यंत जाऊन भिडले होते. दक्षिणेतही आंध्रात त्याची सत्ता होती. उरलेला भागही आपल्या साम्राज्यात सामील करावा अशा महत्त्वाकांक्षेने त्याने आजचा ओरिसा म्हणजे तत्कालीन कलिंग राज्यावर स्वारी केली. कलिंगवीर प्राणपणाने लढले. आक्रमणाचा खंबीरपणाने त्यांनी प्रतिकार केला. या युद्धात अफाट मानवसंहार झाला. कलिंगाचा अखेरीस पराभव झाला. आणि सम्राट अशोकाचा जय झाला. परंतु मानवीसंहाराचे उग्र रूप पाहून अशोकाचे मन हलले. त्याला संहारक युद्धाबद्दल घृणा निर्माण

अशोक चक्र

झाली. त्याने युद्ध वर्ज्य मानले. सर्व भारत आपल्या सत्तेखाली आणण्याची महत्त्वाकांक्षा त्याने सोडून दिली.

त्यानंतर अशोकाने बुद्ध धर्माचा स्वीकार केला. भारतात आणि पूर्व आशियात बौद्ध धर्माचा प्रचार केला. त्यासाठी ठिकठिकाणी बुद्ध भिक्षू धाडले. जागोजागी शिलालेख खोदले. स्तंभ उभारले. या स्तंभांवर अशोकाचे लेख असत. आपल्या स्वतंत्र भारताच्या तिरंगी ध्वजावरील 'अशोकचक्र' आणि 'अशोकस्तंभ' ही राजमुद्रा ही सम्राट अशोकाने त्या वेळी खोदलेल्या स्तंभशिलालेखावरून घेतलेली आहेत.

शिलालेखांतून अशोकाने भगवान बुद्धाच्या उपदेशांचा व मानवकल्याणाच्या गोष्टींचा प्रचार केलेला आहे. कंधारपासून म्हैसूर प्रदेशापर्यंत अशोककालीन शिलालेख आजही उपलब्ध आहेत. अशोकाच्या महानतेचेच हे चिरंतन स्मारक आहे. अशोकाच्या शिलालेखांवरून शांती, सहिष्णुता आणि मानवता या संबंधी त्याच्या श्रेष्ठ आदर्शाची कल्पना येते.

''कलिंग विजयाच्या नंतर लवकरच देवांनाप्रिय प्रियदर्शी महाराज अशोक यांनी दया-धर्म यांच्या संरक्षणाचे काम त्यांनी हाती घेतले, धर्माविषयी प्रेम प्रकट केले आणि त्यानुसार आचरण आरंभिले. अशा प्रकारे कलिंग देश काबीज केल्याबद्दल महाराजांच्या चित्तात अनुताप उत्पन्न झाला. कारण पूर्वी न जिंकलेला असा देश जिंकायचा म्हणजे त्यापायी लोकांना ठार करावे लागते. कितीक लोक त्यामुळे इतर रीतीनेही मरण पावतात आणि कितीकांना कैदी करून न्यावे लागते.

हा प्रकार महाराजांना अतिशय दुःखकारक आणि अनुताप कारक वाटतो.''

'देवांनाप्रिय प्रियदर्शी महाराज अशोक यांची अशी इच्छा आहे की, सर्व प्राणीमात्रांना संरक्षण, मानसिक शांती, संयम, आणि आनंद प्राप्त व्हावा.''

''प्रत्येक वेळी आणि प्रत्येक ठिकाणी, मग मी जरी भोजनास बसलो असलो, शयनगृहात असलो. अथवा दरबारात, प्रवासात, उद्यानात असलो. तरी गुप्तहेर मला प्रजेची सुखदुःखे निवेदन करतील. सर्व ठिकाणी मी प्रजेची कामे करीन.''

''लोकांनी केवळ आपल्याच धर्माची प्रशंसा आणि दुसऱ्या धर्माची निंदा करु नये. संयम हवा. दुसऱ्या धर्ममताबद्दल आदर बाळगला पाहिजे. अशा प्रकारे मनुष्य आपल्या धर्माची उन्नती आणि परधर्मावर उपकार करू शकतो.''

खिस्त पूर्व२२६ च्या वर्षी अशोकाने या जगाचा निरोप घेतला. मृत्यूपूर्वी

काही दिवस आधी त्याने बुद्धभिक्षूची दीक्षा घेतली होती.

अशोकाच्या मोठेपणाविषयी एच.जी.वेल्स या इतिहासकाराने म्हटले आहे–

"इतिहास-ग्रंथाच्या पानापानांतून हजारो लाखो राजांच्या नावांची मारे गर्दी उसळलेली असते; कुणी राजे, महाराजे, कुणी राजाधिराजे, कुणी राजर्षि, कुणी नृपकुलवतंस; किती त्या त्यांच्या पदव्या सांगाव्या? पण त्या साऱ्यामध्ये कुणाचे नाव जर खरेखुरे ताऱ्याप्रमाणे चमकून दिसत असेल, तर ते एकट्या एक अशोकाचेच असे म्हणता येईल. व्होल्गापासून जपानपर्यंत त्याला आजपर्यंत सर्वत्र फार मानतात. चीन व तिबेट यांमध्ये आणि खुद्द हिंदुस्तानमध्ये आज त्याचे तत्त्वज्ञान मान्य नसले तरी तिथेही त्याच्या मोठेपणाची परंपरा अद्यापि अखंड चालू आहे. कॉन्स्टंटाईन किंवा शार्लमेन हे फार मोठे बादशहा समजले जातात. पण त्यांची नावे जगात आज नुसती ऐकून माहीत असणारे जेवढे लोक असतील, त्यांच्यापेक्षा कितीतरी अधिकपट लोक अशोकाची स्मृती अंतःकरणात भक्तियुक्त रीतीने जतन करणारे असे जगामध्ये आहेत"

**अशोकोत्तर काल**

अशोकाच्या माघारी मौर्यांचे साम्राज्य फार काळ टिकले नाही. सुमारे पन्नास- एक वर्षातच ते अस्तास गेले. उत्तरेकडील एकेक प्रांत साम्राज्यातून फुटून गेले. दक्षिणेकडे आंध्रात सातवाहनांची नवीनच सत्ता उदयास आली. अखेरीस मौर्यांच्याच एका ब्राह्मण सेनापतीने त्यांच्याकडून जबरदस्तीने सत्ता हस्तगत केली. मगधाच्या राजसिंहावर स्वतःला राज्याभिषेक करून घेतला. याचे नाव पुष्यमित्र शृंग. शृंग राजवटीत ब्राह्मणधर्माला पुनर्जीवन प्राप्त झाले. दाक्षिणेत सातवाहनांची प्रबळ सत्ता सुमारे ३०० वर्षे नांदली. त्यांच्याच काळात अंजठावेरूळची जगप्रसिद्ध लेणी खोदली गेली. अमरावती व नागार्जुनकोण्डा येथील प्रचंड सुंदर भवने आणि पाषाणमूर्ती घडविल्या गेल्या. पुश्यमित्राच्या काळीच वायव्येकडून ग्रीकांचे हल्ले पुन्हा सुरू झाले. बॉस्टियांच्या मीनांदर राजाने स्वामी करून सिंध, काबूलवर ताबा मिळवला. मीनांडर हा स्वतः बुद्धधर्मी होता. त्याला 'मिलींद' असे म्हणत. भिक्षू नागसेन याच्याशी झालेल्या चर्चेचे सार 'मिलींद प्रश्न ' या नावाने पुस्तकरूपाने प्रसिद्ध आहे. मिलींद राजाने मगधावर स्वारी केली, पण पुश्यमित्राने त्याचा पराभव केला. पंजाब ताब्यात घेतला. दोन अश्वमेध यज्ञ केले. बौद्धांचा साची येथील स्तूप आणि सुंदर द्वार-तोरण याच काळात तयार झाले.

पुश्यमित्राच्या पश्चात देशात राजकीय दृष्ट्या बरीच उलाढाल झाली.

परकीय आक्रमणांमुळे मगध साम्राज्य खिळखिळे होत गेले. शृंगाचे राज्य ब्राह्मण कण्वांनी हिरावून घेतले. कण्वांकडून आंध्रांनी ते हिरावले. परंतु आंध्रांनाही ते फार काळ भोगता आले नाही. कारण उत्तरेकडून परकी हल्ले एकसारखे सुरू झाले होते. ग्रीक व कुशाण यांच्या धाडी सारख्या आल्या. येथली एकछत्री सत्ता कमजोर झाली.

कुशाणांनी हिंदुस्तानच्या सरहद्दीवर एक राज्य स्थापले, याचेच पुढे साम्राज्य बनवले. कुशानांच्या या साम्राज्याचा विस्तार दक्षिणेस बनासस व विंध्य पर्वत, उत्तरेस काशगर, यारकंद आणि खूतानपर्यंत व पश्चिमेस इराण-पार्शिया यांच्या सरहद्दीपर्यंत वाढला होता. अशा रीतीने उत्तर हिंदुस्थानचा उत्तर-प्रदेश, पंजाब व काश्मीर हा भाग कुशाण साम्राज्याखाली आला होता. कुशाणांचे साम्राज्यही ३०० वर्षे टिकले. त्यांची राजधानी प्रारंभी काबूल येथे होती. पण पुढे, आजचे पेशावर म्हणजे तत्कालीन पुश्यपूर येथे त्यांनी ती हलवली.

कुशाण बुद्धधर्मीय होते. सम्राट कनिष्क हा त्यांचा मोठा राजा झाला. त्याची बुद्धधर्मावर फार निष्ठा होती. पुरुषपुर राजधानीजवळच तक्षशीला हे बुद्ध-संस्कृतीचे मोठे केंद्र होते. हे कुशाण लोक मंगोलिअन होते. त्यामुळेच नगरी वसलेली होती. फार प्राचीन काळापासून तक्षशीला हे बुद्धधर्म मंगोलियापर्यंत जाऊन पोहोचला. यांच्यामुळेच पश्चिम आशियातील प्रदेशांचाही बुद्धविचारपरंपरेशी निकटचा संबंध आला. कुशाणांचा ग्रीक आणि चीनशी संपर्क होता. हिंदुस्थान

**वेरूळचे कैलास लेणे**

आणि रोम यांचे संबंध यांच्यामुळेच जुळून आले. रोमन सम्राट ज्युलिअस सीझर याच्या दरबारी कुशाणांचा वकील ऑगस्टस हा होता. दोन्ही देशात खुश्कीच्या मार्गाने व जलमार्गाने व्यापार चालत असे.

कनिष्काने धार्मिक प्रश्नांचा विचारविनीमय करण्यासाठी 'बौद्ध परिषद ' भरवली होती. अशा परिषदांना 'संगीति' असे म्हणत. त्या वेळी बौद्धधर्म 'महायान' (मोठे वाहन) आणि 'हीनयान ' (छोटे वाहन ) अशा दोन पंथात विभागला गेला होता. जुन्या परंपरांचा आग्रह धरणारा, मूर्तिपूजा न मानणारा हीनयान पंथ होता, तर बुद्धमूर्तीची पूजा-अर्चा करणारा, जुन्या परंपरांचा नव्याने विचार करणारा महायान पंथ होता. कनिष्काच्या दरबारी नागार्जुन हा विद्वान होता. त्याने महायान पंथाचा पुरस्कार व प्रचार केला. अश्वघोष नावाचा प्रसिद्ध कवी व बौद्ध पंडित कनिष्ठाचा दरबारी होता. आयुर्वेदाचा विश्वश्र्वविख्यात शोधक चरक हा तर कनिष्काचा राजवैद्य होता. शक संवत यांच्याच काळात सुरू झाला असे अनुमान आहे. कनिष्काने स्थापलेले कुशाण -साम्राज्य तिसऱ्या शतकात अस्तास गेले. इसवी सनाच्या पहिल्या शतकात आणखी एक महत्त्वाची घटना घडली. ख्रिश्चन- धर्म-प्रचारक सेण्ट थॉमस हा भारतात आला आणि त्याने पहिले चर्च येथे स्थापन केले. त्या आधी काही यहुदीही येथे आले होते. आणि पश्चिम सागरकिनाऱ्यावर वसले होते.

इसवी सनाच्या प्रारंभापासून दक्षिण भारतात तीन तमिळ राजवंशांची राजवट होती. चोल, पाण्ड्य राजांनी ज्ञानसंवर्धनाचे मोठे काम केले आणि साहित्याच्या अभिवृद्धीसाठी पुष्कळ प्रयत्न केले. त्यांच्या आश्रयाखाली अनेक गद्य-पद्य ग्रंथांची रचना व संकलन झाले. 'कुरल' ह्या विख्यात तमिळ ग्रंथाची रचना त्या काळीच झाली.

**सुवर्णयुग**

कुशान-साम्राज्याची छकले झाली आणि बाहेरून आलेल्या शक, सिथियन, तुर्क यांसारख्या परकीय लोकांचा अंमल लहान लहान प्रदेशावर चालू लागला. हे लोक बुद्धधर्मी होते. येथे वसाहत करून राहाण्यासाठी आले होते. येथे आल्यावर भारतीय आर्यांच्या रीतीभाती व परंपरा त्यांनी स्वीकारल्या, पण परकीयांच्या अंमलाखाली नांदत आहोत हे येथील लोक विस्मरले नाहीत. ते मनातून अस्वस्थ होते. या परकीयांच्या तावडीतून सुटण्याची संधी ते पाहात होते. अखेरीस चंद्रगुप्त नामक नेता त्यांना लाभला. ह्या चंद्रगुप्ताचे लहानसे राज्य पाटलीपुत्राजवळच होते. हा चंद्रगुप्त मोठा महत्त्वाकांक्षी व कर्तबगार होता.

उत्तरेकडील आर्य राजे आपलेसे करून सर्वांचे एक मोठे संयुक्त राज्य करावयाचे असा घाट याने घातला. अत्यंत प्रसिद्ध आणि प्रबळ अशा लिच्छवी वंशातील कुमारदेवीशी याने विवाह केला आणि त्या वंशाचा पाठिंबा मिळवला. नंतर सर्व परकीयांविरुद्ध याने युद्ध पुकारले. सुमारे बारा वर्षांच्या युद्धानंतर उत्तर भारतातील बराचसा भाग चंद्रगुप्ताच्या अंमलाखाली आला. त्याने स्वतःला 'राजराजेश्वर' अशी पदवी धारण करून राज्याभिषेक करवून घेतला. मगधाच्या गादीवर बसल्यावर इसवी सनाप्रमाणे याने नवीन 'गुप्तसंवत् ' चालू केला. गुप्त वंशाची राजवट सुरू झाली.

चंद्रगुप्ताच्या पश्चात त्याचा मुलगा समुद्रगुप्त गादीवर आला. हा बापाहूनही मोठा शूर योद्धा होता. श्रेष्ठ दर्जाचा सेनापती होता. याने साऱ्या देशभर स्वाऱ्या करून गुप्त साम्राज्याची वाढ केली. दक्षिणेतही अंमल बसवला. कुशाण आदी राजांना त्याने हुसकावून लावले, त्याच्या पराक्रमाने वचकून जाऊन दूरदूरच्या राजांनी त्याची मैत्री संपादण्याचा प्रयत्न चालवला.

समुद्रगुप्त वीर होता तसेच रसिक कवी व गाणाराही होता. त्याने आपल्या नाण्याच्या एका बाजूवर स्वतःची, वीणा वाजवीत आहे. अशी प्रतिमाच कोरली होती. याने अश्वमेघ यज्ञही केला होता. याला 'हिंदी नेपोलियन' म्हटले जाते.

समुद्रगुप्तानंतर त्याचा मुलगा चंद्रगुप्त विक्रमादित्य गादीवर आला. हा मोठा पराक्रमी, न्यायी व कलाप्रिय होता. याने शकांना हुसकावून लावले व 'शकारि ' म्हणजे शकांचा शत्रू अशी उपाधी धारण केली. माळवा, गुजरात काठेवाडपर्यंत याने राज्यविस्तार केला. माळव्यातील उज्जैन येथे याने आपली दुसरी राजधानी स्थापन केली. याच्या अंगच्या पराक्रमी तेजामुळेच याला 'विक्रमादित्य' म्हणजे सूर्यासारखे तेज असणारा असे म्हणू लागले. याच्या न्यायप्रियतेच्या अनेक कथा प्रचलित आहेत. सामान्य माणसालाही चटकन न्याय मिळण्याची सोय याने केली होती. त्याच्या दरबारात नवरत्ने होती. त्यात भारताचा अभिमानबिंदू कविकुलगुरु कालिदास होता. कालिदासाचे 'अभिज्ञान शाकुन्तलम ' हे नाटक व 'मेघदूत ' काव्य अवीट गोडीचे असून जगप्रसिद्ध झाले आहे. 'मालविकाग्निमित्र', 'कुमारसंभव ' ही कालिदासाचीच संस्कृत रचना.

विक्रमादित्यानंतर त्याचा मुलगा कुमारगुप्त या गादीवर आला. त्याने चाळीस वर्षे राज्य केले. त्यांच्यानंतर इ.स. ४५३ मध्ये स्कंदगुप्त गादीवर आला. स्कंदगुप्ताला हूणांच्या आक्रमणाला तोंड द्यावे लागले आणि यातच गुप्त साम्राज्याचा अस्त झाला.

**सांची येथील द्वार - तोरण**

गुप्त साम्राज्याचा काळ हा मोठा वैभवाचा मानला जातो. या काळात आर्य संस्कृती, विद्या, कला यांचे पुनरुज्जीवन झाले. गणित आणि गणित ज्योतिष या शास्त्रांचा विकास याच काळात झाला. आर्यभट्ट, वराहमिहीर व ब्रह्मगुप्त हे महान संशोधक-लेखक गुप्त काळात झाले. गणितात 'शून्याचा शोध' ही भारतानेच जगाला दिलेली देणगी आहे.

आयुर्वेद, शल्यचिकित्सा यातही प्रगती झाली. भारतीय मूतिकलेचे उत्कृष्ट नमुने या काळात झाले. भारतातील धातूकला किती विकसित झाली होती. याची साक्ष दिल्लीजवळच्या कुतुबमिनार समोरील लोहस्तंभ आजही देत आहे. हा स्तंभ लोखंडाचा असून त्याच्या शेंड्यावर कमळ कोरलेले आहे. विक्रमादित्याने हा 'विजयस्तंभ' उभारला. उघड्यावर असून याला गंज चढत नाही. हे याचे मोठे वैशिष्ट्य आहे.

या सुमारास फाहियान नावाचा चिनी प्रवासी भारतात आला होता. त्याने लिहिले आहे; 'मगधातील लोक फार सुखी आणि संपन्न होते. न्यायाची अमंलबजावणी फार दयाबुद्धीने करण्यात येत असे. आणि देहान्ताची शिक्षा मुळी अस्तित्त्वातच

नव्हती. पाटलीपुत्रातील लोक संपन्न, वैभवशाली आणि सदाचरणी होते. राज्यामध्ये पुष्कळ संपंन्न व विशाल मठ होते. राजरस्त्याच्या कडेला धर्मशाळा असत, त्या ठिकाणी वाटसरूंना राहता येई. व सार्वजनिक खर्चातून त्यांची तेथे खाण्यापिण्याची सोय होई. मोठमोठ्या शहरांतून मोफत रुग्णालये असत. देशात शांती होती. चोरचिलटांचे भय नव्हते. सगळ्या प्रवासात कुठेही लूटमार झाली नाही. लोक भलाईने वागतात. दारू पीत नाहीत, मांस, कांदा, लसूण खात नाहीत. चोरांचे भय नसल्यामुळे घराला कुलुपे लावत नाहीत. राजा वैष्णवधर्मी होता, पण परधर्माचा आदर करणारा होता.''

अशा प्रकारे गुप्त-काळ हा भरभराटीचा वैभवाचा आणि वेगळा उठून दिसणारा आहे. त्यामुळे याला भारतीय इतिहासातील 'सुवर्णकाल ' असेच म्हटले जाते.

**अंधार युग**

मध्य आशियात भटक्या टोळ्यांपैकी हूण लोक होते. ॲटिला नावाचा त्यांचा नेता होता. ॲटिलाने युरोपमध्ये रोम आणि कॉन्स्टंटिनोपल येथील साम्राज्यांना सळो की पळो करून सोडले होते. हिंदुस्थानात येण्यापूर्वी किती तरी काळ ते सरहद्दीवर घिरटया घालीत होते. लोकांना त्रास देत होते. हळूहळू त्यांच्या टोळ्या वाढल्या व ते हिंदुस्थानाच्या आले. स्कंदगुप्ताने त्यांचा सुरूवातीला पराभव केला आणि त्यांना सरहद्दीवर हुसकून लावले. परंतु बारा वर्षांनी ते पुन्हा स्वारी करून आले. हळूहळू त्यांनी सर्व गांधार देश व उत्तर हिंदुस्तानचा बहुतेक भाग व्यापला. बुद्धधर्मीय लोकांना त्यांनी फार छळले. लोकांवर दहशत बसावी असे क्रूर अत्याचारही केले. पुढे त्यांच्या आणखी टोळ्या आल्या आणि त्यांनी मध्य हिंदुस्तानही व्यापला. त्यांचा पुढारी तोरमाय याने आपल्याला महाराजाधिपती म्हणून घोषित केले. हा स्वतः क्रूर होताच पण त्याच्या मागून त्याचा मुलगा मिहिरगुल हा जणू सैतानच होता. याच्या करमणुकीचा प्रकार म्हणजे मोठमोठ्या कड्यांवरून प्रचंड हत्तींना खाली खोल दऱ्यात लोटून द्यायचे व त्या हत्तींचे चीत्कार ऐकत त्यांची तडफड पाहात बसायचे.

अशा या अत्याचारांमुळे लोकांना संताप आला. गुप्त घराण्यातील राजा बालदित्य आणि मध्य हिंदूस्थानातील राजा यशोधर्मा या दोघांच्या निशाणाखाली एकत्र येऊन त्यांनी हूणांचा पराभव केला. मिहिरगुल यास कैद केले. बालादित्याने पुढे त्याला देशाबाहेर हाकलून लावले. काही हूण येथेच राहिले, ते येथील आर्य लोकांत मिसळून गेले. अशा प्रकारे हूण राजवटींचे पन्नास वर्षांचे अंधार-युग

संपले.

## सम्राट हर्षवर्धन

कानपूरजवळ कनोज हे गाव आहे. पूर्वी याचे नाव होते कान्यकुब्ज. म्हणजे म्हणजे कुबडी मुलगी. अशी एक गोष्ट सांगतात की, फार प्राचीन काळी एका ऋषींचा घोर अपमान झाला. त्यामुळे संतप्त होऊन राजाच्या शंभर मुलींना त्याने शाप दिला. त्या शापाने राजकन्या कुबड्या बनल्या. तेव्हापासून राजनगरीला कान्यकुब्ज नाव पडले.

हूण लोकांनी कनोजच्या राजाला ठार केले व त्याची पत्नी राजश्री हिला कैद केले. त्यानंतर राजश्रीचा भाऊ राज्यवर्धन हा हूणांशी लढून राजश्रीला सोडवण्यासाठी पुढे सरसावला. त्याने हूणांचा पराभव केला. विश्वासघाताने कोणीतरी त्याचा वध केला. त्यानंतर त्याचा धाकटा भाऊ हर्षवर्धन हा आपली बहीण राजश्री हिच्या शोधार्थ निघाला. दरम्यान ती बिचारी राजपत्नी कशी तरी हूणांच्या तडाख्यातून निसटून डोंगरकपारीत दडून राहिली होती. आणि हाल व दुःख यांना कंटाळून जाऊन सती म्हणून स्वतःला जाळून घेण्याच्या ती अगदी बेतात होती. अशा स्थितीत हर्षवर्धनाला तिचा शोध लागला व त्याने तिला सती जाण्यापासून परावृत्त केले.

बहिणीला संकटातून सोडवल्यानंतर आपल्या भावाचा वध करणाऱ्या क्षुद्र राजाला शिक्षा करण्याचे कार्य हाती घेतलेल्याप्रमाणे त्याने त्या राज्याला केलीच, पण तेवढ्यावरच न थांबता पूर्वेस बंगालच्या उपसागरापासून तो पश्चिमेस अरबी समुद्रापर्यंत आणि दक्षिणेस विंध्य पर्वतापर्यंतचा सारा उत्तर हिंदुस्थानाचा प्रदेश त्याने जिंकला. कनोज येथे आपली राजधानी स्थापिली. हर्षवर्धन हा शूर होता. तसाच, तो स्वतः कवी आणि नाटककारही होता. महाकवी बाणभट्ट हा हर्षाच्या दरबारीच होता. अशोकाप्रमाणे हर्षानेही बौद्धधर्माला उत्तेजन दिले.

हर्षवर्धनाच्या काळातच चिनी यांत्रिक ह्युएन चँग हा भारतात आला होता. त्याने चिनी यांत्रिक ह्युएन चँग हा भारतात आला होता. त्याने येथली तत्कालीन परिस्थिती आपल्या प्रवास वृत्तात लिहिली आहे.

इ.स ६४८ मध्ये हर्षवर्धनचा अंत झाला.

## दक्षिण भारतात

हर्षाच्या काळीच दक्षिण भारतात चालुक्य वंशाचे राज्य होते. राजा दुसरा पुलकेशिन राज्य करीत होता. हर्षाला त्याने थोपवून धरले परंतु नंतर कांचीच्या पल्लव राजांनी पुलकेशिनचे राज्य जिंकून घेतले.

पल्लव राजांनी मोठी मोठी मंदिरे बांधली. मद्रासमधील मामल्लपुरम येथील डोंगर खोदून तयार केलेले विशाल मंदिर आजही उभे आहे.

बाराव्या आणि तेराव्या शतकांत म्हैसूर विभागात होयसाळ राजांची राजवट होती. होयसाळ वास्तुकलेचा सुंदर नमुना हळेबीडच्या मंदिराच्या रूपाने आजही दृष्टीस पडतो.

दहाव्या शतकाच्या अखेरीस दक्षिण भारताच्या बहुतेक भागावर चोल राजांचे प्रभुत्व होते. महाराज राजेन्द्र चोल यांनी युद्धात बंग शासकांचाही पराभव केला होता. आणि चोलांच्या नौसेनेने श्रीलंका, मलाया, आणि सुमात्रा यांचा काही भाग जिंकलेला होता. चोल -प्रशासन अत्यंत संघटित आणि कार्यक्षम होते. त्यांनी गगनचुंबी गोपुरांची विशाल मंदिरे बांधली. मूर्तिकला, स्थापत्य, साहित्य यांचा चोल राजवटीत उत्कर्ष झाला. तमिळ भाषेतील महाकवी कम्बन हा यांच्या दरबारी होता.

### तीन आचार्य

**आद्य शंकराचार्य**

राजा महाराजांच्यापेक्षाही अत्यंत मूल्यवान आणि भरीव कार्य केले ते दक्षिणेतल्या तीन महान आचार्यांनी. आठव्या शतकात केरळमधील कालाडी गावी विख्यात तत्त्वज्ञ शंकराचार्य होऊन गेले. अवघ्या बत्तीस वर्षांच्या आपल्या आयुष्यात त्यांनी भारतभ्रमण करून हिंदू धर्माचे पुनरुत्थान केले. त्यांच्या 'अद्वैतसिद्धान्त दर्शन'चा प्रसार भारताच्या कानाकोपऱ्यात पोहोचला.

शंकराचार्यांच्या नंतर दोनशे वर्षांनी दक्षिणेत रामानुजाचार्य झाले. त्यांनी 'विशिष्टाद्वैत दिर्शन' प्रतिपादले. त्यांनाही देशातल्या निरनिराळ्या भागात पुष्कळ अनुयायी लाभले. ते भक्तिमार्गाचे महान प्रवर्तक होते. त्यांचे हे आंदोलन समतावादी होणे. भारताच्या अन्य भागातील संतांनीही हेच कार्य केले.

तेराव्या शतकात कर्नाटकात 'मध्यवाचार्य हे महान धार्मिक शिक्षक झाले. त्यांनी द्वैतवादाचे प्रतिपादन केले. त्यात आत्मा आ परमात्मा या दोन्हींची वेगवेगळी सत्ता मानलेली आहे. यांनाही भारताच्या विविध भागातून पुष्कळ अनुयायी लाभले.

**राजपूत राजवटी**

उत्तर भारतामध्ये हर्षवर्धनाच्या पश्चात राजपूत राजवटींचा उदय झाला. राजपुतांची अनेक लहान लहान राज्ये होती. त्यात कनोजचे गुर्जर, प्रतिहार, राठोड, सांभारचे चौहान आणि दक्षिणेकडे वातापीचे चालुक्य, मान्यखेटचे राष्ट्रकूट आणि माळव्याचे परमार हे विशेष प्रमुख होते.

बंगालमध्ये पाल राजांचे राज्य होते. ते बौद्ध होते. या सुमारास पाटलीपुत्र येथील सत्ताकेंद्रे ढळून कनोज हे राजधानीचे शहर झाले होते. आणि ते जिंकण्यासाठी उत्तर आणि दक्षिण देशाच्या राजांमध्ये संघर्ष झडत होते.

बंगाल -बिहारचे राजे पाल होते. देवपाल आणि धर्मपाल हे त्यांच्यापैकी प्रसिद्ध राजे झाले. त्यांनी नालन्दा आदी विश्वविद्यालयांना मोठ्या देणग्या दिल्या. राष्ट्रकूट दक्षिणेकडे राज्य करीत होते. एकेकाळी त्यांच्या तलवारीने लांबवर मर्दमकी गाजवली होती. परमार साहित्य आणि युद्ध दोन्हीत प्रसिद्ध होते. मुंज आणि राजा भोग यांच्या अनेक कथाकहाण्या प्रसिद्ध आहेत. भोजराजाने धारानगरीत राजधानी स्थापिली विक्रमादित्याप्रमाणेच त्याच्या रादसभेत पुश्कळ पंडित आणि कवी होते. प्रतिहार जोधपूरला होते. त्यांनी कनौजचे गुर्जर, प्रतिहार, राठोड, सांभारचे चौहान आणि दक्षिणेकडे वातापींचे चालुक्य मान्यखेटचे राष्ट्रकूट आणि माळव्याचे परमार हे विशेष प्रमुख होते.

बंगालमध्ये पाल राजांचे राज्य होते. ते बौद्ध होते. या सुमारास पाटलीपुत्र येथील सत्ताकेंद्रे ढळून कनोज हे राजधानीचे शहर झाले होते; आणि ते जिंकण्यासाठी उत्तर आणि दक्षिण देशाच्या राजांमध्ये संघर्ष झडत होते.

बंगालमध्ये बिहारचे राजे पाल होते. देवपाल आणि धर्मपाल हे त्यांच्यापैकी प्रसिद्ध राजे झाले. त्यांनी नालन्दा आदी विश्र्वविद्यालयांना मोठ्या देणग्या दिल्या. राष्ट्रकूट दक्षिणेकडे राज्य करीत होता. एकेकाळी त्यांच्या तलवारीने लांबावर मर्दुमकी गाजवली होती. चालुक्यांनी उत्तर आणि दक्षिणेकडेही आपली यशोदुंदुंभी गाजवली. परमार साहित्य आणि युद्ध दोन्हीत प्रसिद्ध होते. मुंज आणि राजा भोज यांच्या अनेक कथाकहाण्या प्रसिद्ध आहेत. भोजराजाने धारानगरीत राजधानी स्थापिली. विक्रमादित्याप्रमाणेच त्याच्या राज्यसभेत पुष्कळ पंडित आणि

कवी होते. प्रतिहार जोधपूरला होते. त्यांनी कनोज जिंकले आणि उज्जैनपर्यंत चढाई केली होती. त्याच्यानंतर कनोजच्या गादीवर राठोड आले. त्यात राजा विजयचंद विख्यात झाला. त्याच वंशातील जयचंद पुढे फार प्रसिद्ध झाला. याने हिंदुस्थानचा बराचसा मुलुख जिंकून राज्यविस्तार केला. हा विद्याव्यासंगी व रसिक राजा होता. याच्या दरबारात संस्कृतचा एक श्रेष्ठ कवी श्रीहर्ष होता.

सांभरच्या राजगादीवर पृथ्वीराज चौहान हा वीरपुरुष होता. पृथ्वीराजाचे पूर्वज बीसलदेव यांनी अजमेर जिंकून घेतले होते, तर पृथ्वीराजाने दिल्लीवर देखील ताबा मिळवला होता. पृथ्वीराजाच्या शौर्याच्या गाथा आजही मोठ्या अभिमानाने राजपूत गात असतात. पृथ्वीराजाने कनौजचा राजा जयचंद ह्याची कन्या संयोगिता हिचे हरण केले होते. पृथ्वीराज- संयोगिताची कथा फार प्रसिद्ध आहे. पण संयोगिता हरणाचे प्रायश्चित पृथ्वीराजाला फारच जबरदस्त मिळाले. या पायी त्याला आपल्या कित्येक शूर सैनिकांचे प्राण गमवावे लागले. जयचंदासारख्या एका मोठ्या प्रबळ राजाचे शतृत्व ओढवून घ्यावे लागले. आपआपसातील दुही, यादवी यांचे बीज रुजले गेले. त्यामुळे परकी आक्रमकांचे फावले.

**सुलतानी अंमल**

अरबी लोकांचा हिंदुस्तानशी फार प्राचीन काळीच संबंध आलेला होता. हर्षाच्या काळातच ते येथपर्यंत आलेले होते. दक्षिण हिंदुस्थानातील राजांशी व विशेषतः राष्ट्रकूटांशी त्यांचे फार सलोख्याचे संबंध होते. हिंदुस्थानच्या पश्चिम किनाऱ्यावर बरेच अरब वसाहती करून राहिले होते. तेथे त्यांनी मशिदीही बांधल्या होत्या. अरबी प्रवासी आणि व्यापारी हिंदुस्थानच्या निरनिराळ्या भागांमध्ये हिंडत असत. तक्षशीला विद्यापीठात पुष्कळसे अरबी विद्यार्थी वैद्यकीय अभ्यास करण्यासाठी येत असत. असे सांगतात की हरुन -अल रशीदच्या कारकिर्दीत भारतीय विद्वानांना व विद्यांना बगदादमध्ये फार मोठे मानाचे स्थान होते आणि हिंदुस्थानातील वैद्यकीतील निपुण लोक तेथे रुग्णालये आणि वैद्यकशास्त्रांच्या शाळा स्थापन करून त्या चालवण्यासाठी जात असत. संस्कृतमधील गणित आणि ज्योतिषशास्त्रांच्या पुष्कळशा ग्रंथांची अरबी भाषेत भाषांतरेही करण्यात आली होती. इ.स. ७१० मध्ये महंमद इब्न कासीम नावाच्या अवघ्या सतरा वर्षांच्या तरुण अरब सेनापतीने हिंदुस्थानात सैन्यासह प्रवेश करून पश्चिम पंजाबमधील मुलतानपर्यंतच्या सिंधू नदीच्या खोऱ्यातील मुलूख जिंकून घेतला. भारतातील हे तसे पहिले छोटे इस्लाम राज्य.

येथवर इस्लामचे आणि भारताचे संबंध सलोख्याचे, देवाणघेवाणीचे

होते. परंतु अकराव्या शतकात इस्लाम जेव्हा गझनीच्या महमूदाच्या रूपात हातात तलवार घेऊन येथे आला तेव्हापासून मात्र द्वेष, झगडे, हल्ले-प्रतिहल्ले सुरू झाले.

गझनी ही अफगाणास्थानामधील गुलाम वंशातील सबक्तगीन नावाच्या सुलतानाची राजधानी होती. सबक्तगीन याने धर्माच्या नावावर अनेक देशांवर हल्ले केले. मुलुख बळकावला. त्याने हिंदुस्तानवरही हल्ले केले होते. त्या काळी लाहोर येथे जयपाळ नामक राजाचे राज्य होते. तो धाडसी व शूर होता. त्याने सबक्तहगीनवर काबूल नदीच्या खोऱ्यात स्वारी केली होती.

सबक्तगीनच्या पश्चात त्याचा मुलगा महमूद गादीवर आला. याने तर भारतावर सोळा जबर हल्ले चढवले आणि येथील सुंदर नगरांची आणि मंदिरांची मोडतोड करून पुष्कळ संपत्ती लुटून नेली. कित्येक लोकांना ठार केले. कित्येकांना कैद करून नेले. याने शेवटचा हल्ला सोमनाथ मंदिरावर चढवला. तेथे भक्तांनी अर्पण केलेल्या संपत्तीचा मोठा साठा होता. हल्ल्याच्यावेळी भक्तांनी मंदिराचा आश्रय घेतला, पण महमुदाने मंदिर फोडले. पन्नास हजार लोकांची कत्तल केली. अगणित संपत्ती लुटून नेली. महमुदाबरोबर त्या वेळी संस्कृत पंडित अलबरूनी हा देखील आला होता. त्याने या हल्ल्याचे वर्णन लिहून ठेवले आहे.

महमुदाची स्वारी झाली त्याचवेळी धारानगरीत भोज राजा राज्य करीत होता. काश्मीरवर दिद्दा राणीने राज्य होते.

महमुदाच्या हल्ल्याला प्रथमतः तोंड द्यावे लागले ते एके काळी येथे आलेल्या शक-हूणांना. ते क्षत्रिय व ब्राह्मण म्हणून येथेच राहिले. त्यांनी भारत हाच आपला देश मानला. जयपाल आणि आनंदपाल हे त्यांच्यापैकीच वीर. अशा प्रकारे जे एके काळी भारतीय नव्हते ते येथे आक्रमक म्हणून आले येथेच वसले. येथलेच बनले. आणि या देशाचे संरक्षण करण्यासही सरसावले!

शंभर वर्षानंतर दुसरा अफगाण सुलतान शहाबुद्दीन घोरी हिंदुस्थानावर चालून आला. पहिल्यावेळी उत्तरेतल्या हिंदू राजांनी पृथ्वीराज चौहानच्या नेतृत्वाखाली त्याचा पराभव केला. त्याला परत पिटाळले. पण दुसऱ्या हल्ल्याच्या वेळी पृथ्वीराजाला कनौजच्या राजाने आपल्या मुलीचे अपहरण केले याचा राग येऊन कसलीही मदत केली नाही. पृथ्वीराज एकाकी पडला. या लढाईत तो मारला गेला. आणि दिल्लीवर घोरी वंशाची राजवट सुरू झाली.

शहाबुद्दीन घोरीच्या मृत्यूनंतर त्याला मुलगा नसल्यामुळे त्याचा सरदार कुतुबुद्दीन ऐबक हा गादीवर बसला. दिल्लीचा सुलतान बनला. त्याने उत्तर

हिंदुस्थानातला बराच मुलुख जिंकला. आपल्या कर्तृत्त्वाचे प्रतीक म्हणून दिल्लीजवळ त्याने 'कुतुबमिनार' उभा केला.

या सुमारास बंगालवर पाल राजांची राजवट संपून सेन वंशातील लक्ष्मणसेन नावाचा राजा राज्य करीत होता. 'गीतगोविंद' काव्याचा कर्ता कवी जयदेव त्याच्या दरबारी होता. घोरीने स्वारी करून सेन राजवट संपवली.

कुतुबुद्दीनच्या नंतर दिल्लीच्या तख्तावर सुलतान अल्तमश आला. त्याच्यानंतर त्याची बेटी रझिया सुलतान बनली. रझिया ही दिल्लीच्या तख्तावर बसणारी पहिली स्त्री होती. ती मोठी कर्तबगार, शूर व लढवय्यी होती. पण तिच्याच राज्यातील क्रूर अफगाण सरदार व त्यांच्याहूनही भयंकर असे पंजाबमधील धाडी घालणारे मोंगल लोक, यांच्या उठावामुळे तिचा टिकाव लागला नाही.

बलबन हा गुलाम घराण्यातील शेवटचा सुलतान ठरला. त्याच्या पश्चात दिल्लीच्या तख्तावर जलालुद्दीन खिलजी आला. पण तो वृद्ध व कमजोर होता. याचा फायदा याच्या जावयानेच उठवला. अल्लाउद्दीन खिलजी हा त्याचा जावई. तो अलाहबादजवळ सुभेदार होता. मोठे सैन्य घेऊन तो महाराष्ट्रात गेला. त्या वेळी देवगिरीला यादवांचे राज्य होते. अल्लाउद्दीनाने यादवांचा पराभव केला. बरीच लूट घेऊन तो दिल्लीला आला. जल्लुद्दीनला ठार केले आणि स्वत:च दिल्लीचा सुलतान बनला. तो जुलमी होता, पण कुशल शासक होता. बाजारातील वस्तू स्वस्त करून त्याचे दर ठरवून दिले. गुजरात -मध्यभारतापर्यंत राज्यविस्तार वाढवला. त्याने चितोडवरही हल्ला केला. पण प्रारंभी त्याला पराभव पत्करावा लागला. तेथील राणी पद्मिनी हिच्या सौंदर्याची कीर्ती ऐकून तो तिथे गेला होता. चितोडला वेढा घालून बसला होता. पण पण वीर राजपुतांनी त्याची डाळ शिजू दिली नाही. तेव्हा अल्लाउद्दिनाने पद्मनीला पाहून परतण्याचे वचन दिले. पद्मिनी सती होती. तिने अल्लाउद्दीनच्या समोर येण्यास नकार दिला. तेव्हा तिचे प्रतिबिंब आरशात अल्लाउद्दीने पाहावे असे ठरले आणि तसेच आरशात त्याने पदनीला पाहिले. पदमिनीचे असामान्य रूप लावण्य पाहून अल्लाउद्दीन मोहित झाला. त्याने काहीही करून पद्ममिनीला आपली बीबी करण्याचा निश्चय केला. चितोडगडहून परतताना त्याने पद्मीनीचा पती भीमसिंह याला कैद करून नेले पद्मिनीची प्राप्ती झाल्यावरच त्याला सोडवण्यात येईल असे कळवले. ही दगलबाजी राजपुतांना कशी सहन व्हावी ! त्यांनी त्याच मार्गाने अल्लाउद्दीनला धडा शिकवण्याचे ठरवले आणि निरोप धाडला, पद्मिनी डोलीतून येत आहे.

बंद डोली अल्लाउद्दीनच्या तंबूत नेण्यात आली. पण तिच्यातून पद्मिनीच्या

ऐवजी राजपूत वीर बाहेर पडले. अचानक त्यांनी अल्लाउद्दीनवर हल्ला चढवला. अल्लाउद्दीन पराभूत होऊन पळाला. परंतु त्याची खुमखुमी पुरती जिरलेली नव्हती थोड्याच दिवसांनी तो मोठ्या सेनेसह पुनः परतला. चितोडगडाला वेढा देऊन पूर्णपणे नाकेबंदी केली. दिवसांमागून दिवस लोटले. राजपुतांच्या जवळचा गडावरचा अन्नसाठा संपत आला. उपासमारीची पाळी येऊन ठेपली तशी एकेका राजपूत वीराने गडाबाहेर येऊन शत्रूशी लढून प्राणार्पण केले. प्रतिकार संपला त्या वेळी अल्लाउद्दीन आता पद्मिनी मिळणार या खुशीने गडात गेला. पण राखेच्या ढिगाऱ्याशिवाय त्याला काहीच आढळले नाही. पद्मनीने अन्य राजपूत रमणींसह चिताप्रवेश करून 'जोहार ' केला होता.

खिलजी घराण्याचा अस्त झाल्यावर दिल्लीच्या तख्तावर तुघलकांची राजवट आली. महमद बिन तुघलक हा एक विलक्षण बादशहा होऊन गेला. तो एका बाजूने विद्वान होता. फारशी, अरबी भाषांवर त्याचे प्रभुत्व होते. तत्त्वज्ञान व तर्कशास्त्र याचे त्याने अध्यापन केले होते. गणितशास्त्र, भौतिकशास्त्रे व वैद्यकशास्त्रातही त्याला गती होती. तो शूर होता. पण दुसऱ्या बाजूने अत्यंत लहरी, चमत्कारिक वाटावा असाच होता. म्हणून त्याला 'लहरी महंमद', 'वेडा महंमद' असेही म्हणत. त्याने चीन जिंकण्यासाठी हिमालयाच्या पलीकडे सैन्य धाडले. ते थंडीने गारठून मेले. मंगोल लोकांच्या त्रासाने कंटाळून याने आशिया-खंड जिंकण्याचाच बेत केला. अशा या अफाटपणामुळे बरेच सैन्य प्राणास मुकले आणि बेफाट खर्चामुळे खजिना रिकामा पडला. त्यासाठी त्याने तांब्याचे नाणे काढले. त्यामुळे परिस्थिती आणखी बिघडली. सगळ्यात कहर म्हणजे त्याने आपली दिल्ली ही राजधानी बदलून महाराष्ट्रात देवगिरीला नेली. तिला दौलताबाद हे नाव दिले. तीन दिवसात दिल्ली सोडण्याचा हुकूम नागरिकांवर बजावला. दिल्ली ते देवगिरी चाळीस दिवसांचा त्यावेळचा प्रवास. लोकांचे हाल हाल झाले. कित्येक वाटेतच प्राणास मुकले. जे लपून राहिले त्यांना जबर शिक्षा मिळाल्या. आणि एवढे करून पुन्हा दोन वर्षांनी त्याची लहर फिरली. परत दिल्लीस राजधानी नेली. परत लोकांना त्रास झाला. अफ्रिकेतील मूर जातीचा इब्न बटूटा नामक एक प्रवासी महमदाबरोबर होता. त्याने या प्रकारात झालेली दिल्लीची दुर्दशा आपल्या प्रवासवर्णनात दिली आहे. " सर्व जगात अत्यंत मोठ्या शहरांपैकी दिल्ली हे एक शहर आहे. पण त्याचे निर्जन रान करून टाकले होते. दोन वर्षांनी आम्ही जेव्हा परतलो तेव्हा सगळे उजाड झाले होते. सर्व काही नष्ट करून टाकले होते. शहरातील इमारतीत, राजवाड्यात एखादे

कुत्रे-मांजरसुद्धा शिल्लक नव्हते.''

या लहरी सुलतानाची राजवट २५ वर्षे चालली. १३५१ मध्ये त्याचा पुतण्या फिरोजशहा सुलतान बनला. त्याने जबाबदारीने, लक्षावधी गुलामांच्या जोरावर राज्य केले, पण त्याच्या पश्चात राज्यात अशांती माजली. त्यातच तैमूरलंग हा समरकंदचा बादशहा होता. त्याने सारा मध्य-आशिया जिंकला होता. पंजाब आणि दिल्लीवर हल्ला चढवून त्याने भरपूर लूट केली. अगणित संपत्ती आणि असंख्य लोक गुलाम म्हणून येथून तो निघून गेला.

त्या आधी मध्यंतरीच्या काळात १३१६ च्या सुमारास दक्षिणेत विजयानगरचे हिंदुराज्य उदयास आले. दक्षिणेत हा काळ सुबत्ता, सुख व वैभवाचा होता विजय नगरचा सम्राट कृष्णदेवराय हा स्वतः कवी, विद्वान, शूर राजा होता. सर्व तऱ्हेच्या विद्यांना व कलांना याने प्रोत्साहन दिले. १३४० च्या सुमारास बंगालही परत स्वतंत्र झाला. आणखीही लहान लहान राज्ये स्वतंत्र झाली. चितोडच्या राणा कुंभाने गुजरात आणि माळवा प्रदेशावर स्वारी करून तो प्रदेश आपल्या सत्तेखाली आणला. या विजयाच्या स्मरणार्थ त्याने चितोड येथे मोठा कीर्तीस्तंभ उभारला.

**चितोडचा कीर्तिस्तंभ**

कुंभाचे वंशज आणि राणा प्रताप यांचे आजोबा राणा संग यांनी सर्वात मोठे असे राजपूत साम्राज्य स्थापन केले होते. माळवा, गुजरातपासून वर पंजाबपर्यंत त्यांची राजवट पसरली होती.

तिकडे दिल्लीच्या तख्तावर सैय्यद सुलतान बनले. त्यांच्यानंतर लोदी आले. इब्राहिम लोदी हा लोदी घराण्यातील शेवटचा सुलतान झाला.

### मोंगल राजवट

या काळात मध्यवर्ती सत्ता विस्कळीत झाली होती. अनेक लहान लहान राज्ये निर्माण झाली होती अशा शिथिल अवस्थेत तैमूरलंगाचा वंशज बाबर यास हिंदुस्थानवर आक्रमण करण्याची संधी मिळाली. त्या आधी बाबर मध्य आशियातील एका लहानशा प्रदेशावर राज्य करीत होता. बाबर म्हणजे 'सिंह' पण हा नामधारी सिंह केवळ बारा हजार सैनिक व नव्या घडणीच्या

तोफा घेऊन आला आणि १५२६ मध्ये येथल्या सुलतानांचा, राणा संगचा पराभव करून दिल्लीचा बादशहा बनला. मोंगल साम्राज्याचा पाया घातला. ही सत्ता पुढे दोन शतकांहून अधिक काळ राहिली.

बाबर बादशहाचा मुलगा हुमायून हा नंतर गादीवर आला. पण बिहारच्या शेरशहा पठाणाने हल्ला करून त्याला सत्तेवरून हुसकावले त्याने माळवा, गुजरात, राजपुताना व पंजाब हे प्रदेश जिंकले. शेरशाह हा मोठा शूर व कर्तबगार बादशहा होता. त्याने जमनीची मोजणी केली. राज्यांचे सुभे पाडले. रस्ते बनवले, टपालाची व्यवस्था केली आणि रुपाया हे नाणे प्रचारात आणले.

शेरशहाच्या मृत्यूनंतर हुमायून इराणमधून परत आला आणि त्याने परत दिल्लीचे तख्त काबीज केले. पण थोड्याच दिवसात त्याचा अपघाती मृत्यू झाला. त्याच्या पश्चात त्याचा मुलगा अकबर दिल्लीचा बादशहा बनला. या वेळी तो फक्त तेरा वर्षांचा होता. हुमायुनाच्या भटकंतीत त्याचा जन्म झाला होता.

भारताच्या इतिहासात जे थोर राजे होऊन नेले, त्यात अकबर बादशहाचे स्थान वैशिष्ट्यपूर्ण आहे. स्वतः मुस्लीम होता तरी धर्मवेडा नव्हता. सर्व धर्म समाभावाची दृष्टी होती. सर्व धर्मांतील चांगल्या गोष्टींचे संकलन करून 'दीन-ए-इलाही' नावाचा एक नवाच धर्मपंथ याने चालवला. एका राजपूत स्त्रीशी त्याचा विवाह झाला होता. आपल्या मुलाचाही विवाह एका राजपूत कन्येशीच लावून दिला होता. हिंदूंवर लादलेला जिझिया कर त्याने रद्द केला. अनेक हिंदूंना उच्चपदी नेमले. विद्या, कला, शौर्य आदि सद्‌गुणांचा तो चाहता होता. त्याच्या दरबारी नवरत्ने होती. त्यात अबुलफजल, फैजी यांच्या बरोबरच तानसेनही होती मोंगल साम्राज्याची वाढ याने केली राजपुतांनी विवाह-संबंध जोडून मैत्री-सलोखा निर्माण केला. तथापि मेवाडचा राणा प्रताप याने कधीच अकबरापुढे मान झुकवली नाही. पंचवीस वर्षे मोगल सत्तेशी झुंज देऊन आपले स्वातंत्र्य टिकवले. पुढे अकबराने चितोडवर मोठा हल्ला

**बादशहा अकबर**

**ताजमहल**

चढवून त्याचा पाडाव केला होता. हळदीघाटाच्या लढाईत राणा प्रतापने मोगलांना चांगलाच हात दाखवला होता. भारतीय वीरपुरुषांत राणा प्रतापचे नाव मोठ्या अभिमानाने घेतलेजाते.

अकबराची कारकिर्द १६०५ पर्यंत झाली. त्यानंतर त्याचा मुलगा जहांगीर गादीवर आला. इंग्रज व्यापाऱ्यांना यानेच प्रथम भारतात व्यापारी वसाहती स्थापन करण्याची परवानगी दिली. याच्यानंतर शहाजहान गादीवर आला. याने आपल्या मुमताज बेगमच्या स्मरणार्थ विख्यात ताजमहाल बांधला. हजारो कारागीर तीस-चाळीस वर्षे ताजमहालाच्या निर्मीतीसाठी झटत होते. संपूर्ण संगमरवराची ही नक्षीदार, सुंदर वास्तू म्हणजे जगातील एक आश्चर्य मानले जाते. दिल्लीचा लालकिल्ला आणि 'जामा मस्जिद' ह्या वास्तूही जहांगिरानेच बांधल्या. मोगल स्थापत्य व कला यांचे उत्कृष्ट नमुने जहांगीराच्या काळीच निर्माण झाले.

शहाजहानचा मुलगा औरंगजेब हा मात्र धर्मवेडा, कारस्थानी होता. बापाला कैदेत टाकून आणि भावाची हत्या करून याने गादी बळकावली. हा सत्तेचा लोभी होता. याने साम्राज्यविस्तार खूप केला. पण प्रजेचा छळही केला. स्वतःला कट्टर मुसलमान तो मानीत असे. हिंदूधर्माचा द्वेष याने केला. हिंदूंना त्रास दिला. त्यांची पवित्र मंदिरेही फोडली. यामुळे शीख, राजपूत आणि मराठे याच्याविरुद्ध उभे राहिले.

## मराठी अंमल

महाराष्ट्रात छत्रपती शिवाजीराजांच्या ओजस्वी व तेजस्वी नेतृत्वाखाली हिंदवी स्वराज्याची स्थापना झाली होती. मावळ्यांचे सैन्य गोळा करून वयाच्या सोळाव्या वर्षीच तोरणा गड शिवरायांनी सर केला होता आणि स्वातंत्र्यदेवीच्या मंदिराचे तोरण बांधले होते. त्या काळी दक्षिणेत अहमदनगर, विजापूर, गोवळकोंडा आणि बेदर येथे मुसलमानी शाह्या नांदत होत्या. त्यांचे सरदार मराठी प्रजाजनांना छळीत असत, लुटीत असत, बाटवीत असत. शिवरायांनी 'गोब्राह्मण प्रतिपालक' असा स्वतःला किताब घेऊन राज्य स्थापिले. रायगड ही नवी राजधानी वसवली. स्वतःला राज्याभिषेक करवून घेतला. सामर्थ्य, चारित्र्य, मुत्सद्दीपणा, शालीनता, धर्मशीलता या सर्व सद्‌गुणांचा पुतळा असाच हा 'युगपुरुष' होऊन गेला. महाराजांनी घातलेली शासनपद्धती पाहिली म्हणजे त्यांच्या दूरदृष्टीची कल्पना येते. राजांनी दक्षिणेत बराच स्वराज्यविस्तार केला होता. मोठमोठ्या मुसलमान सरदारांचा पाडाव केला होता . स्वराज्याचा आड येणाऱ्या स्वजनांचेही पारिपत्य त्यांनी केले. औरंगजेबाने कपटीपणाने त्यांना पकडले, पण शूर मराठ्यांनी त्याची येथे डाळ शिजू दिली नाही. दक्षिणेच्या मोहिमेवर असतानाच खुल्दाबाद येथे औरंगजेबाचे देहावसान झाले.

**शिवाजी महाराज**

छत्रपती शिवाजी राजांचे निधन १६८० साली झाल्यावर त्यांचे पुत्र संभाजी महाराज गादीवर आले. औरंगजेबाने फितुरीने संभाजी राजांना कैद करून त्यांचा वध केला. संभाजी राजांचा पुत्र शाहू हा त्या वेळी लहान होता व औरंगजेबाच्या कैदेत होता. म्हणून शिवाजीराजांचे द्वितीय पुत्र राजाराम महाराज यांनी राज्यकारभार हाती घेतला. त्यांची कारकिर्द फारच धामधुमीची गेली. पुढे शाहूराजे गादीवर आले व पेशवे त्यांच्या वतीने राज्यकारभार पाहू लागले. थोरल्या बाजीरावाने पुनश्च मराठी

साम्राज्याची घडी बसवली. वाढही केली. सदाशिवराव भाऊंनी दिल्लीचे तख्त फोडले तर राघोबादादांनी अटकेपार झेंडे रोवले. पेशवाईच्या काळात मराठी साम्राज्याचा विस्तार चोहोबाजूंनी झाला होता आणि मराठी सत्ता ही काही काळ भारतातील एक बलिष्ठ शक्ती बनून राहिली होती. परंतु १७६१ साली अहमदशहा अब्दाली हा अफगाण सरदार हिंदुस्थानावर चालून आला. पंजाबात पानिपत येथे घनघोर लढाई झाली. मराठ्यांचा मोठा पराभव झाला. अगणित प्राणहानी झाली. मराठी सत्तेला जबर हादरा बसला. तिला उतरती कळा लागली. आपसातील भाऊबंदकी, बेबनाब, सत्तास्पर्धा, फुटीरपणा आदी दुर्गुणांनी ती पोखरली गेली आणि शेवटी विनाश ओढवला. १८१८ साली पुण्याच्या शनिवारवाड्यावर इंग्रजांचे निशाण फडकले.

★★★

# ५. आधुनिक भारत

ब्रिटिश अंमल भारतावर अधिकृतपणे १८५७ च्या बंडानंतर राणीने जो जाहीरनामा काढला तेव्हापासून जरी सुरू झाला असला तरी इंग्रजी सत्तेने येथे पाय रोवला होता तो १७५७ च्या प्लासीच्या लढाईच्या विजयानंतरच. प्लासीची लढाई झाली. आणि इंग्रजांनी बंगाल प्रांतावर सत्ता गाजवायला सुरुवात केली. त्या आधी इंग्रज येथे आले ते व्यापाराने मिषाने. १६०० साली इंग्लंडच्या एलिझाबेथ राणीने हिंदुस्थानात व्यापार करण्याची सनद एका व्यापारी मंडळीला दिली. 'ईस्ट इंडिया कंपनी' या नावाने भारतात तिचा व्यापार सुरू झाला. त्या वेळी भारतात इंग्रजांच्या व्यतिरिक्त फ्रेंच, डच व पोर्तुगीज लोकही व्यापार करीत होते.

१४९८ मध्ये केप ऑफ गुहडोपला वळसा घालून वास्को-द-गामा भारताच्या किनाऱ्यावर उतरला. हा पोर्तुगीज होता. तेव्हापासूनच भारत आणि युरोप यांच्या दरम्यान जलमार्गाने दळणवळण सुरू झाले. पोर्तुगीज, डच, फ्रेंच आणि इंग्रज हे युरोपियन व्यापारी एकामागोमागून येथे आले आणि त्यांनी आपल्या व्यापारी वसाहती हिंदुस्थानच्या निरनिराळ्या भागात उघडल्या. त्यात संधी मिळेल त्याप्रमाणे या मंडळींनी येथल्या राजकारणातही लुडबूड करायला सुरुवात केली. परंतु त्यात सर्वांपेक्षा धूर्त ब्रिटिशांना अधिक सफलता लाभली. यासाठी इंग्रजांना येथल्या मराठ्यांशी व मोगलांशी जसे झगडावे लागले तसे दक्षिणेत हैदरअली व टिपू सुलतान यांच्याशीही लढावे लागते. सत्तेसाठी इंग्रजांनी साम-दाम-दंड-भेद अशा मार्गांचा अवलंब केला. फ्रेचांशी तह करून कुटिलपणाने टिपूला मारला. म्हैसूरच्या गादीवर आपला हस्तक बसवला. व्यापार करतानाच हळूहळू हातपाय पसरायला सुरवात केली. ईस्ट इंडिया कंपनीचा क्लार्क क्लाइव्ह याने हे काम मोठ्या शिताफीने केले. स्वतःही भरपूर लाच खाल्ली.

क्लाईव्हनंतर वॉरन हेस्टिंग्ज हा गव्हर्नर जनरल म्हणून हिंदुस्थानात

आला. याने क्लाईव्हचेच धोरण पुढे चालविले, शिवाय येथील देशी संस्थानांच्या कारभारातही ढवळाढवळ करण्यास सुरूवात केली. बनारसचा राजा चेतनसिंग व अवधच्या बेगमा यांच्याकडून यानेही जुलूम करून पुष्कळ लाच खाल्ली. याबद्दल याची इंग्लंडमध्ये चौकशीही झाली.

१८४८ मध्ये इंग्रजांनी सातारची खादी खालसा केली त्यानंतर बिठूरच्या नानासाहेब पेशव्यांचे पेन्शन बंद केले, नागपूरकर भोसल्यांच्या घराण्याला दत्तक नाकारला. भोसल्यांच्या विधवा राण्यांना घराबाहेर काढले.

१८५६ मध्ये अवधच्या नवाबाकडून राज्य हिसकावले. झाशीच्या राणीचा दत्तक अमान्य केला. संस्थान खालसा केल्याचा हुकूम काढला. तो मिळताच राणी त्वेषाने गरजली. ''नहीं नही, मेरी झांशी नही दूँगी !''

आणि असाच प्रतिध्वनी सर्वत्र उठला.

लोकांत असंतोष धुमसू लागला. तशाच भरीला भर पडली धर्मभावना दुखावल्याची. इंग्रजी मिशनरी, पाद्री गावोगाव जायचे आणि हिंदू-मुसलमान-शीख, बौद्ध धर्मांची निंदा-नालस्ती करायचे. देवदेवतांना नावे ठेवायचे. धार्मिक रीती-भातींना हसायचे. नाक मुरडायचे. वरिष्ठ युरोपियन अधिकारी कनिष्ठ हिंदी चाकारांवर खिस्ती होण्याविषयी सक्ती करायचे. या अशा धर्मात ढवळाढवळ करण्याच्या इंग्रजांच्या उद्योगमुळेही लोक चिडले होते. बंदुकाच्या काडतुसांना गायीची व डुकराची चरबी लावण्यात येते, या वार्तेने फौजेतील हिंदु-मुस्लीम शिपाई बिथरले. परकीय सत्ता उखडून टाकण्यासाठी ठिकठिकाणी गुप्त मंडळे स्थापन झाली. उठावाची तयारी होऊ लागली. १० मे १८५७ रोजी मीरत येथे भडका उडाला. पण त्या आधी मार्च २८ तारखेला कलकत्त्याजवळच्या बराकपूर पलटणीतील मंगल पांडे नामक सैनिकाने ब्रिटिश साम्राज्याविरुद्ध पहिली गोळी झाडली. दोन गोऱ्या अधिकाऱ्यांचा बळी घेतला.

मीरतच्या पाठोपाठ कानपूर, लखनौ, बिहार, मुरादाबाद, रोहिलखंड, ग्वाल्हेर, काल्पी, कलकत्ता आदी ठिकाणी इंग्रजी सत्तेविरुद्ध मोठा उठाव झाला. नानासाहेब पेशवे, झाशीची राणी, कुंवरसिंह, तात्या टोपे, आदींनी इंग्रजांशी दोन हात केले. १८५७ च्या क्रांतियुद्धाने स्थिरावत चाललेल्या इंग्रजी राजवटीला चांगलाच हादरा बसला. तो जाणवल्यानेच व्हिक्टोरिया राणीने उठाव मंदावताच एक जाहीरनामा काढला. कोणत्याही धर्मात ढवळाढवळ करणार नाही, सरकारी नोकरीत समानता राहील आदी आश्वासने हिंदी जनतेला दिली. ईस्ट इंडिया कंपनीच्या हातातील कारभार काढून घेतला. राणीचा अंमल सुरू झाला.

मधला काळ थंड गेला. या काळात इंग्रजांनी मात्र आगगाड्या, तार, टपाल, शाळा आदींच्या सोयी केल्या. इंग्रजी शिकलेल्या मंडळींचा नोकरवर्ग तयार केला. इंग्रजी ज्ञानाने व सुधारणांनी दिपून जाऊन 'इंग्रजी सत्ता हे वरदान आहे' असे मानणाऱ्यांचाही वर्ग तयार झाला. परंतु स्वातंत्र्याची तहान असल्या सुधारणांनी भागत नसते. प्रत्यक्ष उठाव थंडावला होता तरी वैचारिक आघाडीवर लोकजागृतीचे व समाजसुधारणेचे कार्य सुरूच होते. हे कार्य देखील १७७४ ते १८३३ या काळात बंगालमध्ये होऊन गेलेल्या राजाराम मोहन रॉय या दृष्ट्या पुरुषाने सुरू केले होते. भारतीय समाजाच्या सर्वांगीण प्रबोधनाच्या या कामात पुढे महाराष्ट्रात लोकहितवादी, विष्णुबुवा ब्रह्मचारी, महात्मा ज्योतिबा फुले, डॉ. भांडारकर, न्या. रानडे, विठ्ठल रामचंद्र शिंदे, गोपाळ गणेश आगरकर, आदी विचारवंतांनी महान वाटा उचललेला आहे. इतर प्रांतातही प्रबोधनाचे हे लोण कमी-जास्ती प्रमाणात पोहोचले होते. स्त्री-शिक्षण, विधवा, विवाह जातीनिर्मूलन, हुंडाबंदी, बालविवादबंदी, अस्पृश्यता-निवारण आदी सुधारणांचा पुरस्कार होऊ लागला. जुन्या परंपरागत अमानुष, दुष्ट रूढींवर प्रहार होऊ लागले. धार्मिक उपासनेच्या पद्धतींवरही विचार होऊ लागला. बंगालमध्ये राजा राममोहन रॉय यांनी एकेश्वरवादाचा पुरस्कार करणारा ब्राह्मण समाज जसा काढला. तसा महाराष्ट्रात न्या. रानडेप्रभृतींनी 'प्रार्थनासमाज' काढला.

ज्योतिबा फुले यांनी उच्चवर्णीयांच्या अन्यायाविरुद्ध बहुजनसमाजाला एकत्रित आणण्यासाठी 'सत्यशोधक समाज ' स्थापन केला. न्या. रानड्यांच्या प्रोत्साहनाने वासुकाका जोशी यांनी 'सार्वजनिक सभा' काढली. ह्या संस्थेला पुढे राजकीय वळण मिळाले. राजकीय कामासाठी बंगालमध्ये 'इंडियन असोशिएशन,' मुंबईत बॉम्बे असोसिएशन' तमिळनाडूत 'मद्रास महाजन सभा' अशा संस्था ठिकठिकाणी निघाल्या होत्या. रामकृष्ण परमहंस, स्वामी विवेकानंद, श्रद्धानंद, दयानंद सरस्वती आदींनीही राष्ट्रीय भावनांना खतपाणी पुरवून त्या जोपासण्याचे महत्कार्य केले.

शिवाजी महाराज

जनतेत जागृती होत होती. शिक्षित लोकांच्या अपेक्षा वाढल्या होत्या, हक्कांची जाणीव झाली होती. सरकार नवनवीन कायदे करून व कर

बसवून लोकांच्या भावना दडपण्याचा प्रयत्न करीत होते. त्यामुळे असंतोष निर्माण झालेला होता. या सर्व देशातील विचारवंतानी एकत्र येऊन संबंध देशाचाच विचार करण्यासाठी आवश्यकता होती. आणि गरजेतून १८८५ मध्ये 'कॉंग्रेस' संस्थेचा जन्म झाला. मि. ह्यूम हे इंग्रज गृहस्थ कॉंग्रेसच्या संस्थांनांपैकी एक प्रमुख होते. त्यांच्याशिवाय दादाभाई नौरोजी, फिरोजशहा मेहेता, दिनशा एदलजी वाच्छा, पं.तेलंग, ना. मंडलिक, नरेंद्रनाथ सेन, रंगय्या नायडू, एस. सुभ्रमण्यम अय्यर, पी. आनंद चार्लु, वीर राघवाचार्य, केशव पिल्ले, बद्रुद्दीन तय्यबजी, सुरेंद्रनाथ बॅनर्जी, न्या. रानडे गोपाल कृष्ण गोखले, आदी विविध क्षेत्रातील व प्रांतातील तत्कालीन प्रतिष्ठित पुढारी मंडळी होती. कॉंग्रेसचे पहिले अधिवेशन मुंबईत बॅ. उमेशचंद्र बॅनर्जी यांच्या अध्यक्षतेखाली २८ डिसेंबर १८८५ रोजी सुरू झाले. तेथून पुढे लोकमान्य टिळक, लाला लजपतराय, बिपीनचंद्र पाल, आदी नेत्यांनी कॉंग्रेसला लढाऊ बनवण्याचा प्रयत्न केला. कॉंग्रेसमध्ये जहाल आणि मवाळ असे दोन गट निर्माण झाले. लो. टिळक जहाल गटाचे पुढारी होते. तर ना. गोखले मवाळ गटाचे नेते होते. तरुणांचा पाठिंबा अर्थातच जहालांना मिळाला. हळूहळू कॉंग्रेसची सूत्रे मवाळांच्याकडून जहालांच्या हाती आली. लो. टिळकांनी 'स्वराज्य हा माझा जन्मसिद्ध हक्क आहे आणि तो मी मिळवणारच' असा उत्साहवादी व क्रियाशील मंत्र राष्ट्राला दिला.

**लोकमान्य टिळक**

लो. टिळकांच्या पश्चात हिंदी राजकारणाच्या क्षितिजावर महात्मा गांधींचा उदय झाला. गांधीजींनी सत्याग्रहाचे अभिनव शस्त्र राष्ट्राला दिले. विधायक कार्याची जोड देऊन स्वातंत्र्याची चळवळ खेडोपाडी पोहोचवली. असहकार, मिठाचा सत्याग्रह, जंगल सत्याग्रह, अशी विविध आंदोलने करून शेणामेणाच्या माणसात चैतन्य फुंकले. निःशस्त्र जनता आत्मसामर्थ्याने व निर्भयतेने साम्राज्यसत्तेशी झुंज घेण्यासाठी उभी केली. लक्षावधी लोक तुरुंगात गेले. हजारोंनी देशासाठी संसारावरच व वैयक्तिक सुखावर निखारे ठेवले. लाठीमार, फटके, गोळीबार यांना तोंड दिले. क्रांतिकारकांचा तिसरा पंथही सतीचे वाण घेऊन साम्राज्यसत्ता उखडण्यासाठी प्रयत्न करीत होता. बंगाल, ही क्रांतिकारकांची स्फूर्तिभूमी, बनली आहे. वासुदेव बळवंत, चाफेकर बंधू, खुदीराम बोस, मदनलाल धिंग्रा, वि.दा.

सावरकर, सेनापती बापट, श्यामजी वर्मा सचींद्र सन्याल, अरविंद बाबू, रामप्रसाद बिस्मिल, अशफाकउल्ला, भगतसिंग, राजगुरू, सुखदेव, बटुकेश्वर दत्त, चंद्रशेखर आझाद, उधमसिंग, आदी क्रांतिकारांनी सशस्त्र क्रांतीची उपासना केली. स्वातंत्र्यासाठी कित्येकांनी जन्मठेपेची शिक्षा भोगली, कित्येकांना हद्दपार व्हावे लागले, कित्येकांना अमानुष छळ सोसावे लागले, तर कित्येक वीर 'वंदे मातरम्'चा आणि 'भारतमाते'चा जयघोष करीत धैर्याने फासावर लटकले आणि त्यांनी हौतात्म्य पत्करले.

नेताजी सुभाषचंद्र बोस यांनी तर देशाबाहेर जाऊन 'आझाद हिंद सेने'चे नेतृत्व केले. नौदलानेही क्रांतीचा उठाव केला. गांधीजींनी १९४२ साली इंग्रजी सत्तेला 'चलेजाव' म्हटले. भारतीय जनतेला 'करेंगे या मरेंगे' मंत्र दिला. जनता अभूतपूर्व शौर्याने बलाढ्य साम्राज्यशाहीशी लढली.

देशातल्या आणि बाहेरच्या प्रयत्नांनी व परिस्थितींनी १९४५ च्या सुमारास ब्रिटिश सत्ता खिळखिळी होऊन गेली होती. दुसऱ्या महायुद्धाने इंग्रजांच्या जागतिक वर्चस्वाला ओहोटी लागलेली होती. भारतीय जनतेची भूक संपूर्ण स्वातंत्र्याशिवाय कशानेही शमणार नव्हती. या सर्वांचा परिपाक म्हणजे भारतीय स्वातंत्र्य!

मुस्लीम नेत्यांच्या हटवादीपणामुळे पाकिस्तान निर्माण झाले. देशाची फाळणी झाली, ही दुःखदायक घटना घडली. परंतु देश स्वतंत्र झाला! भारत स्वतंत्र झाला! गुलामीची दीर्घकालीन काळरात्र संपली आणि भारताने स्वातंत्र्याची रम्य प्रभात पाहिली.

★★★

## ६. विकासोन्मुख भारत

**पं. नेहरू**

१५ ऑगस्ट १९४७ च्या शुभदिनी भारत स्वतंत्र झाला. भारताचे नियोजित पंतप्रधान पं. जवाहरलाल नेहरू सत्ताग्रहण करताना म्हणाले,

"आज एका युगाचा अंत होत असून आपण एका नवीन युगात प्रवेश करीत आहोत या प्रसंगी माझे मन भारताच्या भूतकाळाकडे वेधले जात आहे. पाच सहस्र वर्षांचा भूतकाळ माझ्या नजरेपुढून गर्दीने सरकत आहे. माझे मन थरारून गेले आहे. इतिहासाच्या प्रभातकाळी भारताने आपल्या कधीही न संपणाऱ्या शोधास प्रारंभ केला. या शोधात, झगड्यात त्याच्या यशापयशांनी न मळलेल्या वाटेची शतकानुशतके भरून गेली आहेत. सुदैव आणि दुर्दैव यांना

समान लेखून भारताने आपला शोध कधीही दृष्टीपथाबाहेर जाऊ दिला नाही. किंवा त्याला सामर्थ्य देणाऱ्या ध्येयांचा त्याला कधी विसर पडला नाही. दुर्दैवाच्या कालखंडाची आज समाप्ती होत असून भारताला पुन: आपले स्वत्व गवसत आहे. ज्या कामगिरीचा उत्सव साजरा करीत आहोत, ते केवळ एक पाऊल आहे. अधिक मोठ्या विजयाच्या आणि कर्तृत्वाच्या संधीचे हे फक्त प्रवेशद्वारच आहे. ही संधी हस्तगत करण्याइतके आणि भविष्याचे आव्हान स्वीकारण्याइतके शूर आणि शहाणे आपण आहोत का ? स्वातंत्र्य आणि सत्ता यांच्या अनुषंगाने

जबाबदारीही येते.

"भारताची सेवा म्हणजे पीडित अशा कोट्यवधींची सेवा. याचाच अर्थ दारिद्र्य आणि अज्ञान, रोगराई आणि संधीमधील विषमता याचा अंत. आपल्या पिढीतील सर्वश्रेष्ठ पुरुषांची महत्त्वाकांक्षा प्रत्येक नेत्रातील अश्रू पुसण्याची आहे. हे कदाचित आपल्या शक्तीपलीकडचे असेल, पण जोवर अश्रू आणि हालअपेष्टा अस्तित्वात आहेत. तोवर आपले प्रदीर्घ कार्य पुरे होणार नाही."

आणि या जाणिवेतून स्वतंत्र भारताची वाटचाल सुरू झाली. या वाटचालीत सुरुवातीलाच भारताच्या फाळणीमुळे लक्षावधी निर्वासितांचा प्रश्न उभा राहिला. जातीय दंग्यांनी पेट घेतला. अमानुष कत्तली झाल्या. द्वेषमत्सराचे वातावरण पसरले. आणि त्यातच राष्ट्रपिता म. गांधीची हत्या झाली.

परंतु या संकटातूनही भारताने मार्ग काढला. पं. नेहरू यांच्यासारख्या लोकोत्तर महापुरुषाचे सतरा वर्षे नेतृत्व भारताला लाभले. पं. नेहरूंनी भारताची मान जगात उंच केली. आंतरराष्ट्रीय क्षेत्रात प्रतिष्ठा मिळवून दिली. शांती, न्याय, माणुसकी, स्वातंत्र्य या नीतीतत्त्वांचा भारताने सतत पुरस्कार केला. राष्ट्राराष्ट्रात शांततापूर्ण सहजीवन नांदावे या आकांक्षेने 'पंचशील' तत्त्वांचा पाठपुरावा केला. 'राष्ट्रसंघासारख्या' संस्थेने सभासदत्व प्रथमापासून स्वीकारले आणि त्या संघटनेच्या उच्च ध्येयांचा मान आणि आदर सतत राखला. जगात कोठेही अन्याय झाला तर भारताने त्याविरुद्ध आवाज उठविला. दुसऱ्या महायुद्धानंतर बड्या राष्ट्रांमध्ये सत्तासंघर्ष सुरू झाला. आणि त्यातून दोन प्रबळ तट निर्माण झाले. सामान्यतः अमेरिका आणि तिच्या बाजूचे देश विरुद्ध रशिया आणि त्याच्या बाजूचे देश असे या सत्तागटांचे स्वरूप आहे. पण भारताने एकाही सत्तागटात सामील न होता या संघर्षातून अलिप्त राहण्याचे आपले वेगळे, स्वतंत्र परराष्ट्रीय धोरण आखले.

आंतरराष्ट्रीय क्षेत्रात भारताची जशी एक प्रतिमा नेहरूंनी साकार केली, तशीच देशांतर्गतही केली. स्वातंत्र्यानंतर नेहरूंनी भारताला पुढील मुख्य तीन देणग्या दिल्या. लोकशाही, विज्ञानदृष्टी आणि नियोजन.

**प्रजासत्ताक भारत**

स्वतंत्र भारताने लोकशाही राज्यपद्धतीचा स्वीकार केला. स्वतंत्र भारताची घटना डॉ. आंबेडकरांनी तयार केली. भारताच्या घटना- परिषदेने ती मंजूर केली. आणि २६ जानेवारी १९५० पासून ती अंमलात आली. या घटनेनुसार भारत 'संपूर्ण सार्वभौम लोकतंत्रात्मक गणराज्य' बनला.

घटनापरिषदेने उद्‌घोषित केलेल्या सरनाम्यामध्ये म्हटले आहे—

"आम्ही भारताचे लोक, भारताचे सार्वभौम प्रजास्ताक राज्य निर्माण करण्याचे आणि सर्व भारतीय नागरिकांना सामाजिक, आर्थिक, व राजकीय, **न्याय**, विचार, उच्चार, समजुती, व श्रद्धा पुजा यांचे **स्वातंत्र्य** आणि दर्जा व संधी यांची समानता प्राप्त होण्यासाठी आणि व्यक्तीची प्रतिष्ठा व राष्ट्राचे ऐक्य

**भारतीय लोकसभा**

या विषयी भरवसा देऊन त्यांच्यामध्ये **बंधुभाव** वाढावा यासाठी आमच्या घटना परिषदेत २६ नोव्हेंबर १९४९ या दिवशी ही घटना मंजूर करीत आहोत. व तत्संबंधी कायदा करून, तिचा अंगीकार करीत आहोत."

भारत हे एक धर्मनिरपेक्ष राष्ट्र आहे. भारतीय घटनेने सर्व भारतीय नागरिक समान मानले असून धर्म,जात, वर्ण, अथवा स्त्री-पुरुष असले भेद मानले नाहीत. न्याय, स्वातंत्र्य, समता, आणि बंधुता ही घटनेची मूलतत्त्वे आहेत.

या मूलतत्त्वांनुसार भारतीय नागरिकाला जे हक्क मिळालेले आहेत. त्यावर जर आक्रमण झाले तर न्यायालयाकडून ते संरक्षिले जातात. प्रजास्ताक भारताचे पहिले राष्ट्रपती म्हणून डॉ. राजेंद्रप्रसाद यांची निवड झाली होती. १९५० ते १९६२ या कालावधीत तेच राष्ट्रपती होते. त्यांच्यानंतर म्हणून डॉ.

डॉ. राजेंद्र प्रसाद

राधाकृष्णन व डॉ झाकीर हुसेन हे राष्ट्रपती बनले. आणि १६६९पासून व्ही.व्ही. गिरी हे राष्ट्रपती पदावर होते.

भारतीय राज्यघटनेनुसार पहिली सार्वत्रिक निवडणूक १९५२ साली झाली आणि त्यानंतर १९५७ ,१९६२, १९६७, आणि १९७२, १९७७, १९८०, १९८४, १९८९, १९९१, १९९६, १९९८, १९९९, २००४ आणि २००९ अशा सार्वत्रिक निवडणुका पार पडल्या आहेत. २१ वर्षावरील सर्व भारतीय स्त्री पुरुषांना मतदानाचा अधिकार कोट्यवधी लोकांचे हे राष्ट्र शांततेने व सभ्यतेने मतदान करून आपले राजकीय भवितव्य ठरवते याचा सुधारलेल्या जगाचाही अचंबा वाटतो. गेल्या पंचवीस वर्षे भारतामध्ये लोकशाहीचा महान प्रयोग यशस्वीरीत्या सुरू आहे. भारतात लोकशाही आता रुजली आहे.

**राष्ट्रीय नियोजन**

पं. नेहरूंनी स्वातंत्र्यानंतर देशाच्या नव्या उभारणीस प्रारंभी करण्याचे ठरवले. मिळालेले स्वातंत्र्य समाजातील सर्वांच्यापर्यंत पोहोचायचे असेल आणि स्वराज्याचे सुराज्य करायचे असेल तर निश्चत स्वरूपाची अर्थव्यवस्था व त्यासाठी पद्धतशीर विकासाचा कार्यक्रम आखणे आवश्यकच होते. जगात रशियासारख्या राष्ट्रांनी अशा पद्धतशीर योजना आखून, त्या राबवूनच राष्ट्राचा विकास साधला हे पं. नेहरूंनी पाहिले होते.अभ्यासले होते. त्यांनी 'राष्ट्रीय नियोजन मंडळांची' स्थापना केली आणि 'पंचवार्षिक योजना' आखून विविध क्षेत्रांत विकास घडवूनआणला.

सध्या म्हणजे २०१२ ते २०१७ या वर्षांच्या दरम्यान बारावी पंचवार्षिक योजना राबविली जात आहे.

२०११मध्ये १,७४४६,४८१ दशलक्ष अमेरीकन डॉलर्स झाले. ते या पंचवीस वर्षात ५१३० रु. महिना डॉलर झाले. अर्थात हे उत्पन्न अगदीच तुटपुंजे आहे व याहुनही ते किती तरी पटींनी वाढावयास हवे आहे आणि त्या दृष्टीनेच शेती, औद्योगिक विकास, खनिज संपत्तीची वाढ इत्यादी गोष्टींवर सतत

**भाक्रा-नान्गल**

भर दिला जात आहे. विकासासाठी वीज, पाणी, कच्चा माल, यांच्या पुरवठ्याच्याही मोठमोठ्या योजना या कालावधीत भारताने पार पाडल्या आहेत.

पं. नेहरूंनी या योजनांना 'भारताची नवी तीर्थक्षेत्रे ' असे म्हटले होते. त्यापैंकी काही प्रमुख तीर्थक्षेत्रे पुढीलप्रमाणे आहेत.

**भाक्रा-नान्गल**

सतलज नदीवर बांधलेले हे एक मोठे धरण आहे. पंजाब राज्यात याची उभारणी झालेली असून १ अब्ज ७५ कोटी, ६७ लक्ष रुपये या योजनेवर खर्च झालेले आहेत. या धरणाचे पाणी कालव्यातून सुमारे २७.४ लक्ष हेक्टर जमिनीला मिळू लागले आहे. नान्गल, भाक्रा व कोटला अशी तीन विद्युतगृहे बांधली असून त्यांची क्षमता ६०४ मेगावॅट इतकी आहे. या धरणामुळे पंजाब, हरियाना व राजस्थान या राज्यांतील जमिनीला व औद्योकिरणाला लाभ होत आहे. भारतातील हे सर्वांत मोठे धरण आहे.

**बियास**

पंजाब राज्यातील ही दुसरी मोठी योजना आहे. बियास आणि सतलज या दोन नद्यांचे पाणी पोंग येथे धरण बांधून अडवले आहे. या धरणाच्या पाण्याखाली

५.२६ लक्ष हेक्टर जमिनीला पाणी मिळणार असून, ६३६ मेगावॅट इतकी आहे. या योजनेचा फायदा पंजाब, हरियाना व राजस्थान या राज्यांना मिळणार आहे.

**हिराकुड-धरण-योजना**

हा प्रकल्प ओरिसा राज्यातील आहे. महानदीवर ४.८०० मीटर लांबीची बांधलेली धरणाची भिंत ही जगातील सर्वात लांबीची धरणभिंत मानली जाते. दोन्ही किनाऱ्यावर बांधलेल्या २१ मीटर उंचीच्या तटबंदीने ८१ कोटी घनमीटर पाणी साठवले जाते. या पाण्याखाली २.४३ लक्ष हेक्टर जमीन भिजते. हिराकूड येथील विद्युतगृहात १९८ मेगावॅट इतकी वीज-निर्मिती होते. ओरिसातील अनेक उद्योगधंद्यांना व धातुकारखान्यांना या विजेचा फायदा मिळत आहे.

**नागार्जुनसागर योजना**

आंध्र प्रदेशातील कृष्णा नदीवर नन्दीकोण्ड येथे हा प्रकल्प योजलेला असून यामुळे ८.१ लक्ष हेक्टर जमिनीला पाणीपुरवठा होणार आहे. या बहुमुखी योजनेवर १ अब्ज ३५ कोटी रुपये खर्च होणार आहेत. या धरणामुळे ११ टक्के धान्याचे व ५० हजार टन उसाचे जादा उत्पादन होईल.

याशिवाय प. बंगालमध्ये दामोदर-घाटीयोजना, कर्नाटकातील तुंगभद्रा बिहारमधील कोसी, मध्यप्रदेशातील चंबळ, गुजरातमधील काकरपारा, केरळमधील पेरीयर घाटी, महाराष्ट्रातील कोयना, गिरणा इत्यादी मोठमोठे प्रकल्प योजलेले आहेत. लहान पाटबंधाऱ्यांच्या तर अनेक योजना प्रत्येक राज्यात झालेल्या आहेत.

या योजनांमुळे आता या पंचवीस वर्षात ३. ७५ कोटी हेक्टर जमिनीला पाणी मिळू लागले आहे. पंचवीस वर्षापूर्वी भारतात वीज उत्पादन फक्त २० लक्ष किलोवॅट झाले ते आता १.६७ कोटी किलोवॅट झाले आहे. स्वातंत्र्यापूर्वी भारतात ४,००० शहरे आणि गावे यांना विजेचा लाभ झाला होता. परंतु आता १,०५,२४२ खेडी सुद्धा विजेच्या प्रकाशाने उजळून निघालेली आहेत.

**संरक्षण**

भारताची संरक्षणव्यवस्थाही मोठी भक्कम आहे. भारतीय सैन्यदल 'भूदल', 'नाविक दल ' आणि 'विमानदल' अशा तीन विभागांत विभागलेले आहे. या प्रत्येक दलाच्या विभाग प्रमुखाला अनुक्रमे चीफ ऑफ द आर्मीस्टाक चीफ ऑफ दे नेव्हस्टाफ 'चीफ ऑफ दि एअर स्टाफ' असे संबोधले जाते. १९७१ मध्ये झालेल्या भारत-पाक युद्धात या तिन्ही सैन्यदलांनी अपूर्व असा पराक्रम गाजवला आणि पाकिस्तानाचा पराभव केला. त्यातून स्वतंत्र बाँगला देशाची निर्मिती

झाली. त्या वेळी तिन्ही दलाचे प्रमुख म्हणून जनरल सॅम माणकेशा यांनी देदीप्यमान अशी कामगिरी बजावली; म्हणूनच सेवानिवृत्तीनंतर त्यांना 'फील्ड मार्शल' म्हणून २ जानेवारी १९७३ रोजी गौरविण्यात आले. स्वातंत्र्यानंतर भारतीय सेनादलात प्रथमच 'फील्ड मार्शल' ही सन्माननीय अधिकाराची जागा निर्माण करण्यात आलेली आहे व ती त्यांना तहात उपभोगता येईल.

युद्धोपयोगी साहित्य तयार करण्याचे कारखाने उघडलेले असून, निरनिराळ्या दलांतील सैनिकी शिक्षणासाठी मोठमोठाली महाविद्यालये काढलेली आहेत. त्यातील खडकवासल्याचे सैनिक विद्यालय प्रख्यात आहे.

**उद्योगपर्व**

औद्योगिक क्षेत्रातही स्वतंत्र भारताने खूपच प्रगती केली आहे. राऊरकेला भिलाई, दुर्गापूर व बोकारो येथे परदेशांच्या सहकार्याने मोठे पोलाद कारखाने सुरू झाले आहेत.

बंगलोर येथे विमानांचा, विशाखापट्टण येथे जहाजांचा, चित्तरंजन येथे रेल्वे इंजिने बनविण्याचा असे निरनिराळे वाहतुकीच्या साधनांचे कारखाने उघडले आहेत.

सिन्दरी, राऊलकेला, टॉम्बे येथे रासायनिक खत उत्पादनाचे कारखाने सुरू झाले आहेत.

पेनिसिलीन, स्ट्रेप्टोमायसीन आणि आधुनिक औषधे पिंपरी येथील हिंदुस्थान अँटिबायोटिक्स कारखान्यात होत आहेत. निरनिराळी इंजिने, मशिनरी, अवजारे, घड्याळे, टेलिफोन्स, तारा, चष्म्यांच्या काचा, बॉयलर्स इत्यादी इंजिनियरिंग वस्तूंचे उत्पादन करणारे कारखाने निघाले असून भारत या बाबतीत स्वावलंबी बनलेला आहे. साखर, कापड, तेल, कोळसा, चहा, रबर, इत्यादींचे उत्पादन वाढले आहे.

अणु-शक्ती संशोधनाच्या कार्याकडेही भारताने लक्ष पुरवले असून 'शांततेसाठी अणु' या उद्देशानेच मुंबईजवळ ड्रॉम्बे येथे स्थापन झालेले आहे. अंतराळ संशोधनासाठी दक्षिणेत थुंबा येथे केंद्र उघडले आहे. अशा प्रकारे प्रगतीच्या दिशेने भारताची वाटचाल सुरू आहे.

**विविध योजना**

या प्रगतीत केवळ आर्थिक समृद्धीचाच भारताने पाठपुरावा केला आहे असे नाही तर सांस्कृतिक जीवन-संपन्न करण्यासाठीही विविध योजना आखलेल्या आहेत.

पर्यटन-विभागामार्फत भारत दर्शनाच्या योजना आखलेल्या आहेत. रमणीय, ऐतिहासिक आणि नवीन औद्योगिक स्थळांची माहिती पुस्तिका, लघुचित्रपट, आदींच्या द्वारे प्रसृत करून प्रवाशांना आकर्षित केले जाते. उद्याने, थंड हवेची ठिकाणे, अभयारण्ये, आदी भेटस्थळांच्या जागी सर्व सुखसोयी करण्यात आलेल्या आहेत.

संगीत नाटक अकादमीची व साहित्य अकादमीची स्थापना करून या कलांना उत्तेजन देण्यात येत आहे. निरनिराळ्या प्रदेशातील भिन्न भिन्न भाषांतील साहित्यांचे अनुवाद प्रसिद्ध केले जात आहेत. थोर साहित्यकृती निर्माण करणाऱ्या साहित्यिकांना, त्यांच्या साहित्याला, संगीतकार, नाटककार, आदी ललितकलांच्या उपासकांना पारितोषिके देऊन सन्मानित केले जाते. अभ्यासकांना अध्यापनाचीही सोय करण्यात आलेली आहे. सर्व तऱ्हेच्या शिक्षणाचा प्रसार देशभर मोठ्या प्रमाणावर होत आहे. किती तरी विद्यापीठे निघालेली आहेत. हुशार विद्यार्थ्यांसाठी परदेशात जाऊन विविध ज्ञानशाखेत प्रावीण्य मिळवण्याकरिता शिष्यवृत्त्यांची योजना केलेली आहे.

नभोवाणी, दूरचित्रवाणी, नाट्य, चित्र, नियतकालिके, प्रकाशने यांच्याद्वारा मनोरंजनाचे व उब्दोधनाचे कार्य चालूच आहे.

पं. जवाहरलाल नेहरूंच्या कारकिर्दीतच काश्मीरवर टोळीवाल्यांनी हल्ला चढविला होता. पण भारतीय जवानांनी प्राणाची बाजी लावून तो परतवून लावला होता. नंतर १९६२ साली चीनने भारताच्या उत्तर सीमेवर आक्रमण केले त्याही वेळेला भारतीय जवान शौर्याने लढले. सारा देश एक होऊन परकी आक्रमणाच्या विरुद्ध उभा राहिला.

लालबहादूर शास्त्री

पं नेहरूंचे २७ मे १९६४ रोजी दुःखद निधन झाले. नेहरु-पर्व अस्तास गेले.

**दुसरे पंतप्रधान**

पं. नेहरूंच्या पश्चात त्यांचेच जुने व विश्वासू सहकारी लालबहादूर शास्त्री हे भारताचे पंतप्रधान बनले. लालबहादूर शास्त्री हे दिसण्या-वागण्यात भारतीय संस्कृतीचे मूर्तिमंत प्रतीक होते. शास्त्रीजींची कारकिर्द अवघी १८ महिन्यांचीच झाली. पण तेवढयावरही

शास्त्रीजींच्या कर्तबगारीची छाप भारतीय मनावर उमटल्याशिवाय राहिली नाही. १९६५ च्या ऑगस्टमध्ये पाकिस्तानने भारतावर आक्रमण केले. राजस्थान, पंजाब , काश्मीर सर्व आघाड्यांवर उठाव झाला. काश्मीर गिळंकृत करण्याचीच तयारी ठेवलेली होती. छांब भागात घनघोर युद्ध झाले. पण भारतीय सेनेने पराक्रमाची शर्थ केली. प्रत्येक आघाडीवर पाकिस्तानचा पाडाव केला. त्यांच्या पॅटन रणगाड्यांचा भारतीय बहाद्दरांनी अक्षरशः धुव्वा उडवला.

यावेळी लालबहादूर शास्त्रींनी 'जय जवान, जय किसान!' ही घोषणा दिली. सारे राष्ट्र अंतर्गत मतभेद विसरून एक झाले ! देशप्रीतीचे अभूतपूर्व दर्शन साऱ्या जगाला घडले.

रशियाच्या मध्यस्थीने भारत-पाकिस्तान या दोन राष्ट्रात युद्धबंदीचा करार ताश्कंद येथे झाला. आणि दुर्देवाने १० जानेवारी १९६६ च्या रात्री शास्त्रीजींचे तश्कंद येथे निधन झाले.

शास्त्रीजींनी भारताची मान शौर्याने, पराक्रमाने आणि स्वाभिमानाने उंच केली. भारतीय जनतेमधली ऐक्यभावना व सत्त्व जागृत केले.

## इंदिरा-युग

इंदिरा गांधी

शास्त्रीजींच्या पश्चात इंदिरा गांधी या भारताच्या पंतप्रधान बनल्या. पं. नेहरूंनी ही कन्या आपल्या वडिलांप्रमाणेच तडफदार, तेजस्वी व कर्तबगार आहे, हे त्यांच्या पुढील पाच-सहा वर्षांच्या कारकिर्दीत दिसून आले आहे. इंदिराजींनी प्रमुख बँकांचे राष्ट्रीयीकरण केले. सरदार वल्लभभाई पटेलांनी स्वातंत्र्यानंतर हिंदी संस्थाने भारतीय संघराज्यात विलीन करून टाकली होती. इंदिराजींनी संस्थानिकांचे उर्वरित हक्क, सवलती, व तनखे बंद करून टाकले. समाजवादी समाजरचनेच्या दृष्टीने धडाडीने पाऊल उचलले. या कार्यक्रमाच्या आड येणाऱ्या जुन्या सहकाऱ्यांना बाजूला ठेवण्यासही त्यांनी कमी केले नाही. या संघर्षातच ८४ वर्षांचा काँग्रेस पक्ष १९६९ च्या डिसेंबरमध्ये दुभंगला. संघटना काँग्रेस व नवकाँग्रेस असे दोन पक्ष बनले. नवकाँग्रेसच्या नेतेपदी इंदिराजी होत्या.

देशान्तर्गत आर्थिक परिस्थिती सुधारण्यासाठी जसे इंदिराजींनी धैर्याने पाऊल उचलले, तसेच 'बांगला देश' च्या स्वातंत्र्य लढ्याला पाठिंबा देऊन जागतिक राजकीय क्षेत्रातही थोर मुत्सद्दीपणा दाखवला.

यातून उद्भवलेल्या भारत पाक युद्धातही भारतीय सेनेच्या तिन्ही दलांनी १९७१ च्या डिसेंबरमध्ये अपूर्व पराक्रम गाजवून पाकिस्तानचा बांग्लादेश मुक्त केला.

भारताची प्रतिष्ठा आंतरराष्ट्रीय क्षेत्रात इंदिराजींनी सुप्रतिष्ठित केली. भारतीय जनतेतही नवा आत्मविश्वास व चैतन्य जागृत केले. सारा देश, आपसातील मतभेद विरोध विसरून इंदिराजींच्या मागे उभ्या राहिल्या. 'एक जनता ' असे विलोभनीय, स्फुर्तीशाली दृश्य या वेळी भारतात दिसले.

'मदर ऑफ दि मनकाईंड-मानवतेची माता' अशा शब्दात इंदिराजींचा गौरव जगाने केला.

१५ ऑगस्ट १९७२ रोजी भारतीय स्वातंत्र्याला पंचवीस वर्षे पूर्ण झाली!

विकासाच्या आणि समृद्धीच्या दिशेने शांतिपूर्व वाटचाल सुरू आहे-सुरुच राहील.

★★★

# ७. सांस्कृतिक भारत

प्राचीन काळापासून भरतभूमीवर अनेक राजवटी नांदल्या. अनेक महाराजे झाले. परकी आक्रमणे आली नि गेली. पण भारताची एकता अभंग राहिली. भारताचा आत्मा चिरंतन, एकसंध आहे. कारण त्याची घडण कुठल्या राजामहाराजांनी व बादशहांनी केलेली नाही, तर तो घडला आहे. ऋषी-मुनींच्या, महर्षींच्या, साधुसंतांच्या मंगल संस्कारातून.

**ज्ञानदेव**

लहानसहान राजे, जे पूर्वी कधी होऊन गेले ते आज लोकांच्या स्मृतीतही राहिलेले नाहीत. कित्येकांना ठाऊकही नाहीत. परंतु व्यास -वाल्मिकींना ओळखत नाही असा भारतीय माणूस सापडणार नाही. त्यांनी रचलेले महाभारत व रामायण कोण विसरेल? ज्यांचे नावगाव ठाऊक नाही. अशा ज्ञानी ऋषींनी निर्मिलेले आणि म्हणून अपौरुषेय म्हटलेले महान वेद वाङ्मय कधी नष्ट होईल काय? कालिदास, भवभूती, भास, बाण, आदींच्या महाकाव्यांना व नाट्यकृतींना काळाची बाधा होईल काय ?

**संत भारती**

शतके उलटली पण महाराष्ट्राच्या मायमराठीत रचलेले ज्ञान-देवांचे, तुकारामांचे, नामदेवांचे, जनाबाईंचे अभंग अशिक्षितांच्याही ओठांवर खेडोपाडी आजही नाचत आहेत. ज्ञानदेव-तुकारामांचा गजर आजही भक्तिभावाने होत आहे. नाथांच्या मधुर गौळणींनी मान डोलत आहे, तर रामदासांच्या 'जय जय

तुकाराम

रघुवीर समर्थ' या धीर-गंभीर वाणीने छाती भरून येत आहे. मराठी माणसाचे समग्र भावजीवन या संतांनी व्यापून टाकलेले आहे.

जे महाराष्ट्राचे तेच बंगालचे. बंगाली माणसाच्या मनावर अधिसत्ता आहे ती महाप्रभू चैतन्यांची. चैतन्य बंगालचे थोर संत. त्यांना कृष्णभक्तीचे वेड. त्यांची भजने आजही बंगाली माणसाच्या ओठावर आहेत.

तीच गोष्ट गुजरातची. 'वैष्णवजन तो तेणे कहिये, जो पीड पराये जाणे ।' हे म. गांधींना आवडणारे भजन लिहिणारा नरसी मेहता गुर्जर बांधवांच्या जीवनात भरून राहिलेला आहे. तो गुजराती असला तरी मराठी माणसाला तो आपलाच वाटतो, कारण तुकारामाने देखील म्हटलेले आहे. 'जे का रंजले गांजले, त्यांसी म्हणे जो आपुले । तोचि साधु ओळखावा, देव तेथेची जाणावा।'

साधू आणि वैष्णव ओळखणाच्या तुकारामाच्या आणि नरसी मेहतांच्या खुणा एकच आहेत.

राजस्थानी मीरा विख्यात झाली. 'मीरा के प्रभू गिरीधर नागर' या ओळीने मीरेच्या भजनाने भारतीय मनाला रिझवले आहे, डोलावले आहे. भक्तिरसात डुंबवले आहे. कलियुगात गोपींचे प्रेम मीरेच्या जीवनातूनच व्यक्त झाले असे म्हटले जाते. मीरेने अनेक पदे रचली. उत्कट प्रेम, व्याकूळ हृदय, आर्त मन, मीरेच्या गीतांमधून ठायी ठायी प्रकट होत आहे. तमीळनाडूत अशीच एक भक्तहृदयी अंदाल होऊन गेली. तिला दक्षिणेतली मीराच म्हणतात. मीरेने जसे ' मेरे तो गिरीधर गोपाल, दुसरा ना कोई' म्हणून तसे सांगितले तसे अंदालने

मीराबाई

'श्रीरंगमचा रंगनाथ हाच पती, त्याच्याशिवाय मी कोणालाच वरणार नाही'असे म्हटले. अंदालची भक्तिभावाने भिजलेली पदे दक्षिणेत घरोघरी गायली जातात.

तेराव्या शतकात ज्या वेळी महाराष्ट्रात ज्ञानेश्वरांची अमृतमय ओवी लिहिली जात होती त्याच सुमारास उत्तरेस काशीच्या जवळ कबीराची वाणी घुमत होती. कबीर धर्माने मुसलमान होता, पण हरिदर्शनाची प्यास त्याला लागलेली होती. तो सांगतो, 'जाति न पूछो साधू की, पूछ लिये ग्यान. साधूची जात कशाला विचारता, त्याच्याकडून ज्ञान मिळवा.

कबीराने जाति-धर्मातील दुष्ट रूढी, ढोंग यांच्यावर कडक टीका केली आणि सर्व धर्मांतील चांगल्या गोष्टींचा पुरस्कार केला. अन्य संतांप्रमाणेच कबीरानेही समतेचा जयजयकार केला आहे. कबीराचे दोहे मार्मिक शिकवण देणारे आहेत. आजही 'कहत कबीर सुन भाई साधो' अशा चरणाचे दोहे जनमानसाला जागृत आहेत.

उत्तरेला दुसरा महान कवी, संत म्हणजे तुलसीदास. तुलसी रामायणाचा पाठ नित्यनियमाने करणारे आणि मगच तोंडात पाणी घेणारे किती तरी श्रद्धाळू लोक आजही हिंदी प्रदेशात आहेत. तुलसीदासांच्या पदांनीही जनमानसाला मंत्रित केलेले आहे. तुलसीदास परम भक्त होते. एकदा ते मथुरेला गेले. मंदिरातली कृष्णमूर्ती पाहून त्यांना नवल वाटले. आणि त्यांनी ही 'मुरली कुठली ? हे मोरपीस कुठले ?' अशी पृच्छा राम समजूनच केली. बरोबर अशीच गोष्ट समर्थ रामदासांच्या हातून घडलेली आहे. समर्थ हिंडता हिंडता पंढरपूरला गेले. कटीवर हात ठेवून उभे असलेल्या विठ्ठलाला राम समजून त्यांनी विचारले. 'इथे का रे उभा श्रीरामा?'आणि पुढे "तुझा धनुष्यबाण कुठे ठेवलास?" असेही विचारले आहे. तुलसीदास व रामदास यांची रामतल्लीनता आणि हृदयसंवेदना कशी एक दिसते!

आंध्र प्रदेशात संत वेमन्नाची शतकरचना लोकदरास पात्र ठरलेली आहे. रेड्डी जमातीत जन्म घेतलेला वेमन्नादेखील कबीरांप्रमाणेच म्हणतो.

**कबीर**

तुलसीदास

'गुणमलु कलवानि कुल मेंचगा तेल !'

'जो गुणवान व ज्ञानवान पुरुष आहे, त्याची जात जाणून घेण्याची काय गरज आहे?'

संत वेमन याने हजारो पदे लिहिली. 'वेमन शतक' नावाने ते प्रसिद्ध असून आजही आंध्रवासीयांच्या जिभेवर ते जागते आहे. यानेही दंभावर, रुढींवर कडाडून हल्ला चढवला. याच्या आचार विचारावरून याला 'आंध्रचा कबीर' म्हणतात.

आंध्रमध्ये दुसरा महान संत झाला भक्त पोतना. पोतनाने भागवताची रचना केली. पोतनाचे भागवत आंध्रच्या जनतेत प्रिय आहे.

कर्नाटकात संत पुरंदरदास होऊन गेले. 'पुरंदर विठ्ठला ' अशा चरणाने संपणारी त्यांची भक्तिगीते कन्नड भाषेत फारच लोकप्रिय आहेत.

श्री बसवेश्वर हे दुसरे कर्नाटकचे महान संत. ते शिवभक्त होते. पण त्यांचे व्यक्तिमत्त्व बहुमुखी होते. ते समाजसुधारक होते, धर्मोद्धारक होते. कर्मयोगी होते. बिज्जलराजाचे प्रधानपद त्यांनी स्वीकारले होते. आणि प्रसंगी हाती तलवारही धरली होती. ते समतेचे पुरस्कर्ते होते. स्पृश्यास्पृश्य भेद ते मानत नसत. कर्नाटकाच्या जनमानसात बसवेश्वराचे स्थान अढळ आहे.

पंजाबमध्ये गुरु नानकांनी स्थापन केलेल्या शीख धर्मपंथाचे हजारो अनुयायी आज आहेत. गुरुग्रंथासोबत हा शीखांचा पवित्र धर्मग्रंथ. त्यातील 'जपुजी ' ची रचना नानकांची आहे. नानकांनी हिंदू-मुस्लीम ऐक्याचा सतत पुरस्कार केला. त्यांच्या अनुयायांत हिंदु-मुसलमान दोघे होते. नानकांची वेशभूषाही त्यांच्या शिकवणीप्रमाणे ऐक्य निदर्शक होती. नानक गावोगावी हिंडून भजने गात असत. पंजाबी माणसाच्या हृदयात गुरु नानकांना परम आदराचे स्थान आहे.

भारताच्या अन्य प्रदेशातही संत महात्मे होऊन गेले. भारताची एकता टिकवून धरण्यात तसेच भारतीय मनाला सश्रद्ध आणि संस्कारित करण्यात संत आणि साहित्यिक यांनी फार मोठी कामगिरी बजावलेली आहे. म्हणूनच राजेशाह्या यांच्या प्रभावापेक्षा भारतीय मनावर यांचा मोठा प्रभाव आहे.

## साहित्य

बुरूनानक

भारतीय मनाची मशागत जशी संत साहित्याने केलेली आहे, तशीच लोकसाहित्यानेही केलेली आहे. कुठल्याही देशात लोकसाहित्य असतेच भारतातही ते विपुल आहे. शतकानुशतके हे साहित्य कथा काहण्यांच्या आणि गीत गाण्यांच्या स्वरूपात लोकांच्या तोंडातोंडी चालत आलेले आहे. भारताला कथा-कहाण्यांचा देश म्हणूनच अन्य देशात ओळखण्यात येते.

भारतीय साहित्यामधील विष्णुशर्म्याचे 'पंचतंत्र', 'हितोपदेश', गुणाढ्याचे 'कथासरित्सागर' यातील किती तरी कथा जगभर गेलेल्या आहेत.

कालमानानुसार प्रत्येक भारतीय भाषेचे साहित्य-दालन समृद्ध होत आलेले आहे. नवनवीन लेखनप्रकारांची, प्रयोगांची भर त्यात नित्य पडत आहे.

साहित्याप्रमाणेच नृत्य, नाट्य, चित्र, शिल्प, संगीत आदी ललित कलांची जपणूक प्राचीन काळापासून भारताने केलेली आहे.

## संगीत

भारतीय संगीताला मोठी पंरपरा लाभलेली आहे. शास्त्रीय संगीतात प्रामुख्याने दोन पद्धती रूढ आहेत. हिंदुस्थानी संगीत व कर्नाटकी संगीत. कर्नाटकी संगीत हे प्रामुख्याने दक्षिण भारतात लोकप्रिय आहे. जयप सेनानी याने लिहलेले 'संगीत रत्नपावली' व 'नृत्य रत्नावली' व सारंगदेव याने लिहलेला 'संगीत रत्नाकर' हे ग्रंथ आधारभूत मानले जातात. संत त्यागराजांनी कर्नाटक संगीतात मोलाची भर घातली. त्यांनी विस्मृत राग-रागिण्या पुनरुज्जीवित केल्या. त्यात संगती चा समावेश केला. त्यागराजांना 'नादब्रह्म' म्हटले जाते.

उत्तर हिंदुस्थानातील संगतीचा प्रसार प्रामुख्याने उत्तर भारतात व दक्षिणेकडील काही भागात झालेला आहे. भरताचे 'नाट्यशास्त्र' हा नाट्य आणि संगीतावरील महान ग्रंथ आहे. दोन्हीही पद्धतींचा सतत विकास होत आलेला आहे. प्रादेशिक ताल, लय, लोकधून यांचाही समावेश आहे. दोन्हीही पद्धतींचा एकमेकांवर प्रभाव पडलेला आहे. दोन्ही पद्धतीत आजकाल सुमारे२५० रागरागिण्या उपलब्ध

त्यागराज

असून प्रचारात आहेत. उत्तरेकडे धृपद, धमार, ख्याल, ठुमरी, टप्पा, दादरा आणि गझल हे संगीतकार विशेष प्रचलित आहेत. तर दक्षिणेकडे वर्णम्, कृति रागमालिका, यावाली पदम् आणि श्लोकम् हे प्रकार रूढ आहेत.

**नृत्य**

भारतीय नृत्यालाही फार मोठी परंपरा आहे. शिवाचे 'तांडवनृत्य' हे कला आणि साधन यांचे महान प्रतीक मानले जाते. नटराजाच्या प्रतिमेत नाट्य-नृत्याची साधना येथे केली जाते. केवळ एक कला म्हणूनच नव्हे तर त्यापुढेही अध्यात्मसाधनेची एक पद्धती, एक माध्यम म्हणूनही भारतात नृत्याला अनन्यसाधारण महत्त्व आहे.

भारतातील नृत्यांमध्ये जेवढी विविधता, रंगसंगती आणि भावभक्तीचे सामर्थ्य आहे, तेवढे क्वचितच अन्य देशातील नृत्यांमध्ये असेल. आदिवासींची नृत्ये, लोकनृत्ये, आणि शास्त्रीय नृत्ये या सर्वच दृष्टीने भारताचे नृत्यागार अत्यंत समृद्ध आहे. सिलोन, इंडोनेशिया, विशेषतः बाली, सुमात्रा आणि जपान येथील नृत्यांवरही भारतीय नृत्यकलेचा प्रभाव पडलेला आहे.

नृत्यकेलत अनेक लांचा संगम होत असतो. भारतीय नृत्यांमध्येही हे वैशिष्ठ्य आहेच. भारतीय सौदर्यशास्त्रात नृत्य, संगीत आणि नाट्य, संगीत ताल, लय याचा नृत्यात समावेश होत असतो. भारतीय सौदर्यशास्त्रात नृत्य, संगीत आणि नाट्य या तिन्ही कलांचा संबंध अभिन्न असा मानलेला आहे. या तिन्ही कलांच्या आधारभूत सिद्धान्ताचे विवेचन भारताने आपल्या नाट्यशास्त्रात केलेले आहे.

भारतीय नृत्याच्या चार प्रमुख शास्त्रीय पद्धती आहेत. 'भरतनाट्यम्,'कथकली' 'कथ्थक' आणि 'मणिपुरी.'

या शास्त्रीय नृत्यपद्धतीमध्ये काही वैशिष्ट्यपूर्ण भिन्नता असली तरी बरेच साम्यही आहे. भारतीय संगीताप्रमाणे यातही ताल प्रधान मानलेला आहे. पदन्यासाबरोबरच मुद्रा आणि भाव-भंगिता यांचा संयोग सर्व नृत्यात असतो. भरतनाट्यम आणि कथकलीमध्ये सांकेतिक भाषेचा पुष्कळच उपयोग केला

**कुचीपुडी नृत्यमुद्रा**

जातो. त्यायोगे मुद्रांच्या द्वारा मनोभावांचे प्रकटीकरण केले जाते.

भरतनाट्यमची जन्मभूमी तंजावर आहे. कथकली केरळमध्ये विशेष प्रचारात आहे. कत्थक नृत्याचा उगम राजस्थान आणि उत्तर प्रदेशातील भक्तिपर नृत्यांतून झालेला आहे. परंतु मोगलकालात तेथील दरबारी विलासमय वातावरणाचा कत्थकवर बराच प्रभाव पडला.

पूर्व भारतात 'मणिपूरी' चा उद्भव झाला. निसर्गाच्या उपासकांचे हे नृत्य आहे. यात निसर्गाची विविध परिवर्तनशील रूपे, ऋतू यांचे चित्रण असते.

काश्मीरपासून-कन्याकुमारीपर्यंत आणि सौराष्ट्रपासून-मणिपूरपर्यंत भारताचे ग्रामीण जीवन नैसर्गिक आनंदाने ओतप्रोत भरलेले आहे. या आनंदाची स्पंदने विविध ठिकाणच्या लोकनृत्यांमधून उमटलेली आहेत. खेड्यापाड्यातून शेतीमधील सुगीच्या हंगामावेळी आणि सण-जत्रांचे वेळी लोकनृत्यानींच रात्रीच्या रात्री जागवल्या आहेत.

ठिकठिकाणच्या आदिवासी जमातींमध्ये नृत्ये आहेत. या जंगलाच्या पाखरांना नृत्य मनोरंजनाचा, आनंदाचा, हर्षचा एकमेव विरंगुळा आहे. आसाममधील नागा नृत्य बिहार, ओरिसातील संथालांचे 'छो' नृत्य. 'गोण्डां' चे कर्मा नृत्य आणि लंबाडी, वंजारी आदिम जमातीची नृत्ये विशेष उल्लेखनीय आहेत.

पंजाबचा भांगडा, गुजराथचा गरबा, आंध्रचे कुचिपुडी, कर्नाटकचे यक्षयान, महाराष्ट्राचे कोळी, तमिळनाडूचे कोलाटम, बंगालचे कीर्तन, राजस्थानचे धूमर इत्यादी प्रादेशिक नृत्यदेखील वैशिष्ठ्यपूर्ण आहेत.

नृत्यसंगीताप्रमाणेच भारतीय वाद्येही वैशिष्ट्यपूर्ण आहेत. प्राचीन चित्रशिल्पावरून त्या काळी 'भारतीय वाद्यवृंद' पद्धती प्रचारात होती. असे दिसते.

**चित्र**

भारतीय चित्रकलेचा इतिहास पाच-सहा हजार वर्षापूर्वीपासून मिळू शकतो. उत्खननात सापडलेल्या मातीच्या भांड्यावर सुंदर रंगविलेली चित्रे काढलेली आढळात. त्यापूर्वी मानवाच्या रानटी अवस्थेमधील गुहांमधून चित्र दिलेली शिकारीची चित्रे आढळतात. मातीच्या भांड्याप्रमाणेच चटयांची सुंदर रंगवलेली चित्रे काढलेली आढळतात. त्यापूर्वी मानवाच्या रानटी अवस्थेतील गुहांमधून चितारलेली शिकारीची चित्रे आढळतात.

मातीच्या भांड्याप्रमाणेच चटयांची संगीत चित्रमय विणाई देखील प्राचीन चित्रकलेचा नमुना दाखवते.

नंतर दगड, हाडे, हस्तीदंत, कातडी, कापड, भूर्जपत्र, ताडपत्र, लाकूड, कागद इत्यादी वस्तूंवर चित्रे काढण्यात येऊ लागली.

भारतीय चित्रकलेतील सुरूवातीला हा काळ सोडवल्यानंतर अजंण्ठायुग, गुप्त काल, मध्ययुगीन काल, रजपूत काल, मोगल काल, अर्वाचीन काल, अशा विविध कालखंडातून ही चित्रकला विविध शैलीने प्रगत झालेली दिसते. राजस्थानी, बुंदी, पहाडी, कांगडा, नाथद्वारा, मुगल इत्यादी चित्रशैली विख्यात आहे. अर्वाचीन काळात राजा रविवर्मा, यामिनी राय, अवनीन्द्रनाथ ठाकूर,

**अजंठ्यातील भित्तीचित्र**

नन्दलाल आदींनी चित्रकलेत मोठीच भर घातलेली आहे. तरल भावाभिव्यक्ती प्रगट करणारी नवचित्रकलाही साकार होत आहे.

## मूर्तिकला

अजंठ्यातील बोधीसत्व

'मोहन-जो दडो' आणि हडप्पा येथील प्राचीन संस्कृतीच्या अवशेषांतसुद्धा लहान-मोठ्या मूर्ती सापडलेल्या आहेत. ऐतिहासिक काळातील यक्ष आणि यक्षिणीच्या मूर्ती आढळतात. भारतात स्थापत्यकलेबरोबर मूर्तिकलेचाही विकास झालेला आहे. हिंदुधर्माने मूर्तिपूजेचा अवलंब केल्याने अनेक देव देवतांच्या मूर्ती बनवण्यात आल्या. दगड, लाकूड, माती, तांबा-पितळ इत्यादी धातू मुर्ती बनवण्यासाठी उपयोगात आणल्या जाऊ लागल्या.

सम्राट अशोकाने धर्म-लेखांचे जे स्तंभ ठायी ठायी उभे केले. त्यांच्या शीर्षावर वृषभ, गज, सिंह, आणि अश्व, आदी पशूंच्या प्रतिमा कोरलेल्या आहेत. नंतर स्तूप आणि तोरद्वार निरनिराळ्या प्रतिमांनी अलंकारित करण्यात आली. बौद्धाच्या महायान वंशाने मूर्तिपूजा स्वीकारल्यावर वेरूळ अजंठा, सारनाथ, आदी अनेक ठिकाणी पाषाणाच्या बुद्धमूर्ती शिल्पित झाल्या.

भारताच्या विविध भागात असलेल्या हिंदू जैन, बुद्ध मंदिरातून किती तरी सुंदर सुंदर मूर्ती आढळतात.

अबू, कोणार्क, खजुराहो, हळेबीड, भुवनेश्वर, महाबलीपुरम, एलेफण्टा इत्यादी ठिकाणही मूर्तिकला प्रेक्षणीय आहे. यक्ष- किन्नर, अप्सरा, शिव-पार्वती,

**कोणार्कचे रथचक्र**

त्रिमुर्ती,गणपती आदी सुंदर मूर्ती भारतीय मूर्तीकलेतील सौदर्य व भावदर्शन व्यक्त करण्यातील कलावंताचे सामर्थ्य जाणवून देतात.

प्राचीन सिंधुसंस्कृती, नंतर, मौर्य, शुंग, कुशाण, गुप्त काळात तसेच मध्ययुगीन आणि अर्वाचीन काळातही मूर्तिकलेला उत्तेजन मिळाले आहे. मोगल काळात राज्यकर्ते मूर्तीपूजेचे विरोधक होते. त्यामुळे पुष्कळ ठिकाणच्या मुर्ती त्यांनी भग्न केल्या. परंतु भग्नावस्थेत त्यातील मूळ सौदर्य जाणवल्याशिवाय राहात नाही.

असा हा आपला प्रियतम भारत देश !
विविधतेने नटलेला
साहित्य, संगीत, कला, विद्यांनी फुललेला.
वैभवशाली भूतकाळ लाभलेला.
कर्तृत्वशाली वर्तमान घडवणारा.
आणि उद्याच्या जगाचे आशास्थान असलेला !

★★★